லேடி மவுண்ட் பேட்டனின்
நள்ளிரவு விருந்தாளி

ஜெகாதா

Title
Lady Mount batternin
nalliravu virunthali

ISBN: 978-93-6666-256-5

Title Code : Sathyaa - 129

நூல் தலைப்பு
லேடி மவுண்ட் பேட்டனின்
நள்ளிரவு விருந்தாளி

நூல் ஆசிரியர்
ஜெகாதா

முதற்பதிப்பு
டிசம்பர் 2024

விலை : ₹140

பக்கம் : 103

Printed in India

Published by
Sathyaa Enterprises
No.134, First Floor,
Choolaimedu high road, Choolaimedu,
Chennai - 600 094.
044 - 4507 4203

Email
sathyaabooks@gmail.com

உள்ளே...

1. லேடி மவுண்ட் பேட்டனின் நள்ளிரவு விருந்தாளி! — 5
2. நேரு – எட்வினா உறவு பற்றி பமீலாஹிக்ஸ் — 9
3. மவுண்ட் பேட்டனை இந்தியாவுக்கு அனுப்புங்கள் — 11
4. சாகசமும் சாதுர்யமும் மிக்க கோமகன் — 20
5. நேருவின் சீற்றம் — 25
6. பதவி ஏற்பும் பந்தா இல்லாத விருந்தும் — 31
7. நேரு – எட்வினா உறவின் பின்னணி உண்மை — 36
8. எட்வினா மவுண்ட் பேட்டன் — 39
9. ஒரு பேரரசின் முடிவின் ரகசிய வரலாறு — 42
10. இந்தியாவில் பமீலாவின் 18 மாத அனுபவ அலைகள் — 44
11. நேரு – எட்வினா காதலைக் கூறும் பார்ட்டிஷன் திரைப்படம் — 49
12. நேரு முன்மொழிந்த கவர்னர் ஜெனரல் — 52

13. லேடி பமீலா மவுண்ட் பேட்டனின் நேர்காணல்	56
14. இந்தியா துண்டு துண்டாகலாம்	64
15. சுதந்திரத்திற்கு நாள் குறித்த வைஸ்ராய்	71
16. எட்வினா – நேரு எப்படி நெருக்கமானார்கள்?	79
17. முடிவில்லாத வாழ்த்தொலிகள்	84
18. சுதந்திர இந்தியாவில் நேரு – படேல் அதிகாரப் பிரிவினை	86
19. மீண்டும் இந்தியா உங்கள் கையில்	89
20. கடலில் துவங்கிய வாழ்வும், படகில் முடிந்த மரணமும்	93
21. நேருவுக்கும் எட்வினாவுக்குமான கடிதங்கள் ரகசியமே!	101

1. லேடி மவுண்ட் பேட்டனின் நள்ளிரவு விருந்தாளி!

மவுண்ட் பேட்டனின் மனைவி எட்வினாவை நேருவுக்கு மிகவும் பிடிக்கும். இருவரும் காதலித்தார்கள் என்றும் கூறப்படுவதுண்டு.

1949ஆம் ஆண்டு காமன்வெல்த் மாநாட்டில் பங்கேற்பதற்காக லண்டனுக்கு நேரு சென்றார். அந்த சமயத்தில் இந்திய தூதரகத்தில் மக்கள் தொடர்பு அதிகாரியாக இருந்த குஷ்வந்த்சிங் அலுவலகத்திற்கு சென்றபோது அவரது மேஜையின் மீது 'உடனே என்னைச் சந்திக்கவும்' என்று இந்திய ஹை கமிஷனர் கிருஷ்ண மேனனின் குறிப்பு காத்துக் கொண்டிருந்தது.

'Truth, Love and Little Melis' என்ற தனது சுயசரிதையில் குஷ்வந்த் சிங் இவ்வாறு குறிப்பிட்டுள்ளார். 'அவரைச் சென்று சந்திப்பதற்கு முன்னர் நேரு பற்றிய செய்திகள் ஏதாவது பத்திரிகைகளில் வெளியாகி இருக்கிறதா என்று பார்த்தேன்.'

டெல்லி ஹெரால்ட் பத்திரிகையில் நேரு மற்றும் லேடி மவுண்ட் பேட்டனின் மிகப்பெரிய படம் வெளியாகியிருந்தது. அதில் இரவு

உடை அணிந்திருக்கும் எட்வினா, நேருவுக்கு கதவைத் திறந்து விடுகிறார்.

அந்தப் புகைப்படத்தின் கீழே 'லேடி மவுண்ட் பேட்டனின் நள்ளிரவு விருந்தாளி' என்று எழுதப்பட்டிருந்தது. அந்தக் குறிப்பிட்ட நாளில் மவுண்ட் பேட்டன் லண்டனில் இல்லை என்றும் கூறப்பட்டது.

மேனனின் அறைக்கு நான் சென்றவுடன் இன்றைய ஹெரால்ட் பத்திரிகை பார்த்தீர்களா? பிரதமர் உங்கள் மீது மிகவும் கோபமாக இருக்கிறார் என்று கூச்சலிட்டார் அவர்.

இதில் நான் செய்வதற்கோ, என் மீது கோபப்படுவதற்கோ எதுவும் இல்லை. விமான நிலையத்திலிருந்து ஹோட்டலுக்கு நேரடியாக செல்வதற்கு பதிலாக பிரதமர் லேடி மவுண்ட் பேட்டனின் வீட்டிற்கு செல்வார் என்று எனக்குத் தெரியுமா? என்று நான் பதிலளித்தேன்.

குஷ்வந்த் சிங் இது பற்றி மேலும் எழுதுகிறார். "இரண்டு நாட்கள் நேருவின் கண்ணில் படாமல் தப்பித்துக் கொண்டேன். மாநாட்டில் பரபரப்பாக இருந்த அவர் நடந்ததையும் மறந்து விட்டார். ஆனால் இந்தியாவுக்கு திரும்புவதற்கு இரண்டு நாட்களுக்கு முன்னால் அவர் கிரேக்க உணவகத்தில் இரவு உணவிற்காக எட்வினா மவுண்ட் பேட்டனை காண சென்றிருந்தார்.

நேருவையும் எட்வினாவையும் அடையாளம் கண்டு கொண்ட உணவக உரிமையாளர், தனது உணவகத்திற்கு விளம்பரம் தேடுவதற்காக பத்திரிகைகளுக்கு தொலைபேசியில் அழைப்பு விடுத்தார்.

அடுத்த நாள் இருவரும் ஜோடியாக அமர்ந்திருக்கும் புகைப் படங்கள் வெளியாகி விட்டன. எனக்கு மீண்டும் திட்டு விழப் போகிறது என்று புரிந்து விட்டது.

அலுவலகத்தை அடைந்தபோது மேனனின் குறிப்பு என் மேசையில் இருந்தது. அதில் பிரதமர் உடனே என்னைச் சந்திக்க விரும்புவதாக கூறப்பட்டிருந்தது.

நேரு தங்கியிருந்த க்ளைரி ஜேஸ் ஹோட்டலுக்கு சென்றேன். நேருவின் செயலாளர் மத்தாய் அறைக்கு செல்லுமாறு பணித்தார்.

நான் கதவைத் தட்டியதும் நேரு உள்ளே வரச் சொன்னார். நீங்கள் என்னை அழைத்ததாக சொன்னார்கள் என்றேன்.

'நீ யார்?' என்பது அவரின் முதல் கேள்வி. 'லண்டனில் உங்களுடைய மக்கள் தொடர்பு அதிகாரி' என்று சொன்னேன்.

என்னை தலை முதல் கால் வரை பார்த்த நேரு, 'உங்கள் விளம்பரம் மிகவும் விசித்திரமாக உள்ளது' என்றார்.

நேரு எப்போதும் பயணம் மேற்கொண்டாலும் அவருடன் ஒரு கைப்பெட்டியும் செல்லும். அவருடைய பாதுகாப்பு அதிகாரியின் எஃப்.ருஸ்த்மஜி அதை எடுத்துச் செல்வார்.

நேருவின் உடையில் பாக்கெட் இருக்காது. எனவே பாக்கெட்டில் வைக்க வேண்டிய பொருட்கள் அனைத்தும் அந்த ப்ரீஃப்கேஸில் வைக்கப்பட்டிருக்கும்.

நேருவின் கைப்பெட்டியில் அவரது சிகரெட் பெட்டி (ஸ்டேட் எக்ஸ்பிரஸ் 555) லைட்டர், அந்த சமயத்தடில் அவர் படித்துக் கொண்டிருக்கும் புத்தகம், பதிலளிக்க வேண்டிய கடிதங்கள், தொண்டை சரியில்லா விட்டால் பயன்படுத்தக் கூடிய சுக்ரெட்ஸ் ஒரு பாக்கெட் மற்றும் புத்தகங்களில் குறிப்புகளை எழுதுவதற்காக பென்சில்கள் இருக்கும்.

நேரு செல்லும் இடங்களில் எல்லாம் அவருடைய மழைக்கோட்டும் எடுத்துச் செல்லப்படும் என்று 'I was vehring shadow' என்ற புத்தகத்தில் ருஸ்த்மஜி குறிப்பிட்டுள்ளார்.

எதையும் வீணடிப்பது நேருவுக்கு பிடிக்காது. அவர் வீட்டில் இருந்து கிளம்பும்போது குழாய் ஏதாவது திறந்திருப்பதைக் கவனித்தால் வண்டியோட்டியை அனுப்பி குழாயை மூடிவிட்டு வரச் சொல் வார். அதன் பிறகே வண்டி கிளம்பும்.

நேருவின் சௌதி அரேபிய பயணத்தின்போது அவருக்காக பிரத்யேகமாக உருவாக்கப்பட்டிருந்த அறையில் அவரே விளக்கு

களை அணைத்துக் கொண்டிருந்ததை நான் பார்த்தேன்'' என்கிறார் ருஸ்த்மஜி.

இந்தப் பயணத்தைப் பற்றிக் குறிப்பிடும்போது யூனுஸ் தனது புத்தகத்தில் இவ்வாறு கூறுகிறார். உறங்கச் செல்வதற்கு முன்பு புத்தகம் படிக்கம் விருப்பம் கொண்டவர் நேரு. எனவே அவருக்கு மேஜை விளக்கு ஒன்று வேண்டும் என்று கேட்டார்.

அறையில் வெளிச்சம் குறைவாக இருக்கிறதோ என்று நினைத்த பணியாளர் அதிக வெளிச்சம் கொண்ட விளக்கை எடுத்து வந்தார். அந்த வெளிச்சத்தை குறைப்பதற்காக ஒரு துணி கொண்டு மூடி னேன். ஆனால் அந்த வெளிச்சத்தால் நான் போட்ட துணி ஏறக்குறைய எரிந்தே போய் விட்டது.

❐

2. நேரு – எட்வினா உறவு பற்றி பமீலாஹிக்ஸ்

பண்டித ஜவஹர்லால் நேருவுக்கும், மவுண்ட் பேட்டன் மனைவி எட்வினாவுக்கும் நெருக்கமான உறவு இருந்தது என்கிறது வரலாற்று பக்கங்களும், புகைப்பட ஆதாரங்களும்.

நேருவுக்கும் தமது தாயாருக்குமான உறவு பற்றி நாட்டை ஆண்ட இங்கிலாந்தின் கடைசி வைஸ்ராய் மவுண்ட் பேட்டன் பிரபுவின் மகள் பமீலாஹிக்ஸ் 'டாட்டர் ஆப் எம்பயர் லைஃப் அஸ் எ மவுண்ட் பேட்டன்' என்ற புத்தகத்தில் எழுதியிருக்கிறார்.

என்னுடைய தந்தை மவுண்ட் பேட்டன் இந்தியாவின் வைஸ்ரா யாக நியமிக்கப்பட்டபோது எனக்கு வயது 17. நாங்கள் இந்தியா வந்தபோது நேருவுக்கும், என்னுடைய தாய்க்கும் இடையே ஆழமான உறவு இருந்தது.

இந்த உறவைப் பற்றி நிறையவே தெரிந்து கொள்ள விரும்பினேன். என் தாயாருக்கு நேரு எழுதிய கடிதங்கள் அனைத்தையும் படித் தேன். தாய் எட்வினா மீது நேரு கொண்டிருந்த ஆழமான நேசிப்பை அதில் புரிந்து கொண்டேன்.

நேருவுக்கும் என் தாயாருக்கும் இடையே உடல் ரீதியாக தொடர்பு இருந்திருக்குமோ என்றெல்லாம்கூட அறியும் ஆவல் எனக்கு இருந்தது. ஆனால் அப்படியான ஒரு உறவு இருவருக்கும் இடையே இருந்திருக்காது என உறுதியாகவும் நம்பினேன்.

இருவரும் தனிமையில் இருந்தனர் என்பது மிகவும் அரிதானது. எப்போதுமே இருவரையும் சுற்றி பணியாளர்கள், பாதுகாப்பு தரப்பினர் என ஏராளமானோர் இருந்தனர்.

நாங்கள் இந்தியாவை விட்டு புறப்படும்போது நேருவுக்கு என் தாய் எட்வினா ஒரு மரகத கல் மோதிரத்தை பரிசாகத் தர விரும்பினார். ஆனால் நேரு இதை ஏற்க மாட்டார் என்பதையும் அறிந்திருந்தார்.

அதனால் நேருவின் மகள் இந்திராவிடம் அந்த அன்புப் பரிசை கொடுத்தார். அப்போது எல்லோருக்கும் பணத்தை வாரி வழங்கும் நேருவுக்கு பொருளாதார பிரச்சனை வந்தால் இந்த மோதிரத்தை விற்று பணம் தந்து விட இந்திராவிடம் எட்வினா அறிவுறுத்தி யிருந்தார். இவ்வாறு மவுண்ட் பேட்டன் மகள் பமீலாஹிக்ஸ் தமது புத்தகத்தில் எழுதியுள்ளார்.

❑

3. மவுண்ட் பேட்டனை இந்தியாவுக்கு அனுப்புங்கள்

"**எ**னது இடத்துக்கு உங்களை அனுப்பியிருப்பதற்கு உண்மை யிலேயே நான் வருத்தப்படுகிறேன்" என்று வேவல் பிரபு தனது உரையைத் தொடங்கியபோது மவுண்ட் பேட்டனுக்கு வியப்பாக இருந்தது.

இந்தியாவின் வைஸ்ராய் பதவியிலிருந்து விலகப் போகும் வேவல் பிரபு இந்தியாவில் மவுண்ட் பேட்டனை அப்படித்தான் வரவேற்றார்.

ஒளிவு மறைவு இல்லாத உங்களது பேச்சு எனக்கு கேட்பதற்கு மகிழ வைத்திருக்கிறது. ஏன்? இந்தப் பதவிக்கு நான் தகுதியானவன் என்று நீங்கள் நினைக்கவில்லையா?

வேவல் பிரபு உடனே பதிலளித்தார். "நான் உங்களை மிகவும் நேசிக் கிறேன். ஆனால் சாத்தியமற்ற ஒரு பொறுப்பு உங்களிடம் ஒப்படைக்கப்பட்டுள்ளது.

இந்தப் பிரச்சனைக்கு தீர்வு காண நான் அறிந்த வழிகளில் எல்லாம் முயற்சி செய்தேன். வழியேதும் தென்படவில்லை. இதனைக்

கையாள வழியில்லை என்றே படுகிறது. லண்டன் அரண்மனையி லிருந்து எந்த உதவியும் நமக்கு கிடைப்பதில்லை என்பது மட்டு மல்ல. எந்த வகையிலும் தப்பிக்க முடியாத முட்டுச்சந்தில் நாம் நிற்கிறோம்.''

லண்டனில் அட்லி அரசு வேவல் பிரபுவிடம் மிகவும் நாகரிக மில்லாமல் நடந்து கொண்டதாகவே மவுண்ட் பேட்டன் இப்போது நினைத்துக் கொண்டார்.

மவுண்ட் பேட்டனை இந்தியாவின் கடைசி வைஸ்ராயாக ஆகுமாறு கேட்டுக் கொண்டபோது வேவல் பிரபுவும் லண்டனில் தான் இருந்தார். ஆனால் அவர் பதவி நீக்கப்படப் போகிறார் என்ற தகவல் சூசகமாகக் கூட அவருக்குத் தெரிவிக்கப்படவில்லை. பிரதமர் அட்லி வெளிப்படையாக அறிவிப்பதற்கு சில மணி நேரங்களுக்கு முன்னால்தான் இந்தச் செய்தி அவருக்குத் தெரிய வந்தது.

பதவி விலகும் வைஸ்ராய்க்கு வழக்கமாக வழங்கப்படும் பிரபு பட்டத்தை அளிப்பதற்கும் மவுண்ட் பேட்டன் வற்புறுத்தலி னாலேயே அட்லி ஒப்புதல் தந்தார்.

இந்தியாவிலிருந்து பிரிட்டன் வெளியேறுவதற்கு பேச்சு வார்த்தை நடத்த புதுதில்லிக்கு பிரிட்டிஷ் பிரதமர் அட்லி யாரை அனுப்பப் போகிறார் என்ற தகவல் அந்த கடைசி நிமிடம் வரை மவுண்ட் பேட்டனுக்குமே தெரியாது.

இந்திய சுதந்திரம் தொடர்பாக பிரதமர் அட்லி வாசிக்க வேண்டிய உரையை தயாரித்து கொடுத்த மவுண்ட் பேட்டனுக்கு தன்னையே இந்திய வைஸ்ராயாக பொறுப்பு வகிக்க அனுப்ப இருக்கிறார்கள் என்பது ராணுவ ரகசியமாக மறைக்கப்பட்டிருந்தது.

வரலாற்றுச் சிறப்புமிக்க அந்த உரையை பிரதமர் அட்லி வாசிக்க தொடங்கிய போது அந்த அறையில் ஒருவித கிளர்ச்சி உருவானது.

“மேன்மை தங்கிய மன்னரின் அரசு ஒன்றைத் தெளிவுபடுத்த விரும்புகிறது” என்று பிரதமர் அட்லி தனது உரையைத் தொடங்கி னார்.

"1948 ஜூன் மாதத்துக்கு முன்னால் ஒரு தேதியில் பொறுப்பு மிக்க இந்தியர்களின் கைகளுக்கு அதிகாரத்தை மாற்றுவதற்குத் தேவையான நடவடிக்கைகளை எடுப்பது அவர்களின் உறுதியான விருப்பம்" என்று அவர் கூறினார்.

இந்தியாவில் பிரிட்டிஷ் ஆட்சி வெறும் பதினான்கு மாதங்கள்தான் இருக்கப் போகிறது என்பதை உணர்த்தும் அந்த உரை மக்களவை உறுப்பினர்களின் மனதில் அசைவற்ற அமைதியை ஏற்படுத்தியது.

"பிரிட்டிஷ் சாம்ராஜ்யத்தின் அனைத்துப் பெருமைகளையும் அது மனித குலத்துக்கு செய்த அனைத்து சேவைகளையும் சடசடவென்று சாய்த்துத் தள்ளும் செயலாகவே இதனை நான் ஆழ்ந்த வருத்தத் தோடு பார்க்கிறேன்" என்று சர்ச்சில் அரற்றினார்.

பிரிட்டிஷ் சாம்ராஜ்யத்தில் உள்ள பல நாடுகளையும் விடுவிப்பதைத் தொடங்கப் போகிறோம் என்று வெளிப்படையாக உறுதி கூறித் தான் கிளமண்ட் அட்லியின் தொழிலாளர் கட்சி ஆட்சியைப் பிடித்தது.

கைபர் கணவாய் முதல் கன்னியாகுமரி வரை விரிந்து பரந்த மக்கள்தொக மிகுந்த இந்தியாவுக்கு விடுதலை என்பதிலிருந்துதான் அட்லியும் இங்கிலாந்தும் தவிர்க்க முடியாத இந்த வரலாற்று சிறப்புமிக்க நடவடிக்கையை தொடங்க வேண்டியிருந்தது.

பிரிட்டனும் இந்தியாவும் ஒரு பேரழிவை எதிர்நோக்கியிருக் கின்றன என்று மவுண்ட் பேட்டனிடம் அட்லி கூறினார். இந்த நிலையை நீடிக்க அனுமதிக்க முடியாது.

வேவல் அதிகம் பேசக் கூடியவரல்ல. இதனால் வளவளவென்று பேசுகிற இந்தியப் பிரதிநிதிகளிடம் சரியான தொடர்பை ஏற்படுத்திக் கொள்ள முடியவில்லை என்றும் அட்லி கூறினார்.

சிக்கல் தவிர்க்கப்பட வேண்டுமானால் ஒரு புதிய முகம், ஒரு புதிய அணுகுமுறை நிச்சயம் தேவைப்படுகிறது.

ஒவ்வொரு நாள் காலையிலும் இந்தியாவின் புதிது புதிதான இடங் களிலிருந்து கடுமையாகப் போராட்டங்கள் வெடித்த செய்தியை

அறிவிக்கும் தந்திகள் இந்தியா அலுவலகத்துக்கு வந்து கொண்டே இருக்கின்றன.

எனவே அளிக்கவிருக்கும் பதவிப் பொறுப்பை ஏற்றுக் கொள்வது மவுண்ட் பேட்டனின் வீரார்ந்த கடமையாகும் என்று அட்லி தெரிவித்தார்.

மவுண்ட் பேட்டனை இந்தியாவுக்கு அனுப்பும் யோசனையை பிரதமர் அட்லிக்கு தெரிவித்தவர் நிதி அமைச்சர் சர் ஸ்டாபோர்டு சிரிப்ஸ்தான் என்பது மவுண்ட் பேட்டனுக்கு தெரியாது.

காங்கிரஸ் தலைவர் ஜவஹர்லால் நேருவின் நெருங்கிய நண்பரும் எதையும் வெளிப்படையாகப் பேசும் இந்திய இடதுசாரியுமான கிருஷ்ணமேனனுக்கும், கிரிப்ஸுக்கும் இடையே நிகழ்ந்த உரை யாடலில் இது தெரிவிக்கப்பட்டது.

வேவல் வைஸ்ராயாக இருக்கும்வரை இந்திய நிலைமையில் சிறிதும் முன்னேற்றம் இருக்காது என்று மேனன் கிரிப்ஸிடமும் நேருவிடமும் கூறினார்.

பிரிட்டிஷ் தலைவரிடமிருந்து வேறு யார் என்ற கேள்வி வந்த போது நேருவால் மிகவும் மதிக்கப்பட்ட லூயி மவுண்ட் பேட்டன் பெயரை மேனன் முன்மொழிந்தார்.

மவுண்ட் பேட்டன் வைஸ்ராயாக நியமிக்கப்படுகிற தகவல் இந்தியாவின் முஸ்லீம் தலைவர்களுக்கு முன்கூட்டியே தெரிந்தால் அவரைப் பயன்படுத்தும் நோக்கம் சிதைந்து விடும் என்பதால் அதனை ரகசியமாக வைத்திருந்தனர்.

சிறந்த யோசனையாளரான வேவல் பிரபுவால் நிறைவேற்ற முடியாத அதே பணியினை தான் இந்தியாவில் போய் முயற்சி செய்வதில் என்ன அர்த்தம் இருக்கிறது என்று மவுண்ட் பேட்டன் நினைத்தார்.

இந்தியாவில் பிரிட்டிஷ் ஆட்சி எந்த தேதியில் முடிவுக்கு வரும் என்பதை சந்தேகத்துக்கு இடமின்றி வெளிப்படையாக அறிவிக்க அரசு ஒப்புக் கொள்ள வேண்டும். இல்லையென்றால் இந்தப்

பொறுப்பை தம்மால் ஏற்க இயலாது என்று பிரதம மந்திரியிடம் மவுண்ட் பேட்டன் கூறினார்.

மவுண்ட் பேட்டன் மார்ச் 27ஆம் தேதியன்று டில்லிக்கு வந்தார். இரண்டு நாட்களுக்குப் பிறகு பதவிப் பிரமாணம் நடை பெற்றது.

புது வைசிராய் முதல் சில வாரங்களிலேயே இந்தியாவின் முக்கிய மான அரசியல் தலைவர்கள் எல்லோரையும் சந்தித்து விட வேண்டுமென்று சுறுசுறுப்பாக வேலையைத் தொடங்கினார்.

மவுண்ட் பேட்டன் முதலில் நேருவைச் சந்தித்தார். இதற்கு ஒரு வருடத்திற்கு முன்பே அவர்களிருவரும் சந்தித்ததுண்டு.

சிங்கப்பூரிலும், மலாயாவிலுமுள்ள இந்தியர்களை சந்திப்பதற்காகவும், இங்கே பிரிட்டிஷ்காரர்கள் யுத்தக் கைதிகளாக வைத்திருந்த இந்திய தேசிய இராணுவத்தை சேர்ந்த வீரர்களைப் பார்ப்பதற் காகவும் நேரு அங்கே சென்றார்.

மவுண்ட் பேட்டன் அப்பொழுது தென் கிழக்காசியாவில் நேசச நாட்டுப் படைகளின் தலைமைத் தளபதியாக இருந்தார். அவருடைய தலைமைச் செயலகம் சிங்கப்பூரில் இருந்தது.

அவர் நேருவை அன்போடு வரவேற்றார். தலைசிறந்த ராஜ்யவாதி. சீக்கிரத்தில் இந்தியாவின் ஆட்சிப் பொறுப்பை வகிக்கப் போகிறார் என்று அவர் தன்னுடைய அதிகாரிகளிடம் நேருவை அறிமுகப் படுத்தினார்.

நேருவும் மவுண்ட் பேட்டனும் சிங்கப்பூரில் தெருக்களில் திறந்த காரில் பவனி வந்தனர். அது நேருவின் செல்வாக்கை உயர்த்த பயன் படும் என்று மவுண்ட் பேட்டனிடம் அதிகாரிகள் கூறியபோது, 'முட்டாள் அது என் செல்வாக்கைத் தான் உயர்த்தும்' என்றார் அவர்.

மவுண்ட் பேட்டன் நேருவை தன்னுடைய ஆடம்பரமான, நாகரிக நயத்தோடு அலங்கரிக்கப்பட்ட மாளிகைக்கு கூட்டிச் சென்று விருந்தளித்தார்.

அவரும், அவரது மனைவி எட்வினாவும் நேருவின் மனதைக் கவரும் நோக்கத்தோடு நடந்து கொண்டார்கள்.

வேல்ஸ் இளவரசர் இந்தியாவுக்கு வந்தபோது இருபது வயது நிரம்பிய மவுண்ட் பேட்டன் அவருடைய பரிவாரத்தில் ஒருவராக வந்திருந்தார். அவர்கள் இருவருக்கும் டில்லியில் அப்போது திருமணம் நிச்சயமாயிற்று.

மவுண்ட் பேட்டன் தம்பதியர் அந்த நகரத்தை பற்றி நேருவிடம் அப்போது நினைவு கூர்ந்தனர். அவர்களுடைய உணர்ச்சிகரமான உரைகளை நாகரிகமான புன்சிரிப்போடு நேரு கேட்டுக் கொண் டிருந்தார்.

வேல்ஸ் இளவரசரின் வருகைக்கு எதிராக தானும் மற்ற காங்கிரஸ் தோழர்களும் இயக்கம் நடத்திய அந்த மறக்க முடியாத 1921ஆம் வருடத்தின் இலையுதிர்க் காலத்தைப் பற்றி அவர்களிடம் எடுத்துக் கூற வேண்டும் என்ற துடிப்பு நேருவுக்கு ஏற்பட்டது.

இருபத்தைநது வருடங்களுக் பிறகு இப்பொழுது டில்லியில் புதிய வைசிராய், இந்தியாவின் இடைக்கால அரசாங்கத்தின் துணைப் பிரதமர் மற்றும் வெளிநாட்டிலாகா அமைச்சரை ஒரு பழைய நண்பர் என்ற முறையில் அன்போடு வரவேற்றார் நேரு.

லேசாகக் குனிந்து நேருவை வரவேற்ற மவுண்ட் பேட்டன் சற்று உணர்ச்சியோடு, ''மிஸ்டர் நேரு! பிரிட்டிஷ் சாம்ராஜ்யத்தை முடித்து வைக்க வந்திருக்கும் கடைசி வைசிராய் என்று எண்ணக் கூடாது. புதிய இந்தியாவுக்கு வழிவகுக்க வந்திருக்கும் முதல் வைசிராய் என்று நீங்கள் கருத வேண்டும் என்று விரும்புகிறேன்'' என்றார்.

நேருவின் கண்களில் குறும்புத்தனம் தோன்றி மறைந்தது. '''வைசிராய் ஆபத்தான இனிமை நிறைந்தவர் என்று எல்லோரும் ஏன் சொல்கிறார்கள் என்று எனக்கு இப்பொழுது புரிய ஆரம்பித் திருக்கிறது' என்று நேரு மவுண்ட் பேட்டனுக்கு பதிலளித்தார்.

தனக்குத் தேவையான எல்லா விபரங்களையும் மிக விரைவாக சேகரிப்பதில் மவுண்ட் பேட்டன் தனித்திறமையை மறுப்பது கடினமே.

காங்கிரசுக்கும், முஸ்லீம் லீக்குக்கும் இடையே தகராறுகள் தொடர்ந்து கொண்டிருப்பதால் நாட்டில் ஏற்பட்டிருக்கும் சிக்கலான நிலைமை பிரிட்டிஷ் அரசியல்வாதிகளின் திட்டங்களுக்கு முற்றிலும் பொருத்தமானதே என்று அவர் சீக்கிரமாக முடிவு செய்தார்.

இடைக்கால அரசாங்கத்தில் முஸ்லீம் லீக் பங்கெடுப்பதற்கு கடைசியாக 1946 செப்டம்பரில் ஜின்னா ஒத்துக் கொண்டார். ஆனால் புதிதாக நியமிக்கப்பட்ட முஸ்லீம் லீக் அமைச்சர்கள் நேருவினால் கூட்டப்படும் கூட்டங்களுக்கு வர மறுத்தார்கள்.

வைசிராய் கூட்டத்தை கூட்டினால் மட்டுமே காங்கிரஸ்காரர்களோடு சேர்ந்து வந்தார்கள்.

நிதியமைச்சர் என்ற முறையில் முக்கியமான பொறுப்பை வகித்த லியாகத் அலிகான் அநேகமாக காங்கிரஸ்காரர்கள் முன்வைத்த ஒவ்வொரு திட்டத்திற்குமே முட்டுக்கட்டை போட்டார்.

நேருவுக்கும் அவருடைய தோழர்களுக்கும் இது முற்றிலும் நியாயமான ஆத்திரத்தை ஏற்படுத்தியது. உள்நாட்டிலாக அமைச்சராக இருந்த படேல் மிகவும் ஆத்திரமடைந்தார்.

ஏனென்றால் லியாகத் அலிகானின் அங்கீகாரம் இல்லாமல் அவரால் தனக்கு கீழேயிருந்தால் பல பதவிகளில் ஒன்றில் கூட கீழ்நிலை சிப்பந்தியைக் கூட நியமிக்க முடியவில்லை.

அரசியல் நிர்ணய சபை பகிஷ்காரத்தை முஸ்லீம் லீக் தொடர்ந்து கடைப்பிடித்தது. தன் பிரிவினை நடவடிக்கைகளை ஒரு வினாடி கூட நிறுத்தவில்லை.

இந்துக்களுக்கும் முஸ்லீம்களுக்குமிடையே மோதல்களை ரகசியமாகவும் பகிரங்கமாகவும் தூண்டி விட்டுக் கொண்டே இருந்தது லீக். பிரிட்டிஷ் ரகசிய உளவு இலாகாவைச் சேர்ந்தவர்கள் பிரிவினைவாதிகளுக்கு சுறுசுறுப்பாக உதவி செய்து வந்தார்கள்.

நாட்டின் வடமேற்கு பகுதிகளில் இந்துக்களுக்கும் முஸ்லீம்களுக்கு மிடையே இரத்தக் களறியான மோதல்களை மறுபடியும் ஏற்படுத்துவதில் வெற்றியடைந்தார்கள்.

இராவல் பண்பு வட்டாரத்தில் மட்டும் நாலாயிரம் பேர்கள் கொல்லப்பட்டனர். லாகூர் ஜுலம், அமிர்தசரஸ் பகுதிகளில் ஏராளமானோர் கொல்லப்பட்டனர்.

இரத்தக் களறியை நிறுத்துவதற்கும், இந்துக்களுக்கும், முஸ்லிம் களுக்கும் இடையே மறுபடியும் ஒற்றுமையை உண்டாக்குவதற்கும் எல்லா முயற்சிகளையும் செய்வேன் என்று மவுண்ட் பேட்டன் சபதம் செய்தார். ஆனால் அது வெட்கமில்லாத பொய் என்று யதார்த்தம் கூறியது.

மவுண்ட் பேட்டனுடைய ஆலோசகர்கள் இந்தியாவை இரண்டு அரசுகளாக பிரிக்கின்ற திட்டத்தை முன்பே தயாரிக்கும் பணியில் ஈடுபட்டிருந்தார்கள்.

இடைக்கால அரசாங்கத்தின் முஸ்லீம் லீக் சார்பில் பதவி வகித்த அமைச்சர்களின் முட்டுக் கட்டைகளால் காங்கிரஸ் அமைச்சர் களிடம் ஏற்பட்ட அதிருப்தியை மவுண்ட் பேட்டன் திறமையாக பயன்படுத்திக் கொண்டார்.

இந்தியாவில் பிரிவினையைத் தவிர்க்க முடியாது என்ற கருத்தை காங்கிரஸ் தலைவர்களின் மனதில் மெதுவாக ஏற்றிக் கொண்டிருந் தார் மவுண்ட் பேட்டன். சர்தார் வல்லபாய் படேலை இந்தக் கருத்தில் தனது பக்கத்துக்கு இழுப்பதில் மவுண்ட் பேட்டன் வெற்றியடைந்தார்.

முஸ்லீம் லீகின் தொந்தரவு ஒழியுமென்றால் அதற்காக இந்தியாவின் ஒரு பகுதியை தியாகம் செய்யத் தயாராக இருப்பதாக படேல் தன் செல்வாக்குக்கு உட்பட்ட காங்கிரஸ்காரர்களிடம் கூறி அவர்கள் மனதை மாற்ற முயற்சி மேற்கொண்டார்.

நமக்கு பிடிக்கிறதோ இல்லையோ இந்தியாவில் இரண்டு தேசிய இனங்கள் இருக்கின்றன. இந்துக்களையும், முஸ்லீம்களையும் ஒரே நாட்டில் இணைத்து வைக்க முடியாது என்று நான் இப்பொழுது உறுதியாக கூறுகிறேன் என்றார் படேல்.

இரண்டு சகோதரர்கள் ஒன்றாக வசிக்க முடியவில்லை என்றால் அவர்கள் பிரிந்து விடுகிறார்கள். தங்கள் பங்குகளைப் பெற்றுக்

கொண்டு பிரிந்து சென்ற பிறகு அவர்கள் மறுபடியும் நண்பர்களாக பழகுகிறார்கள்.

அவர்கள் சேர்ந்திருந்தால் தினம்தோறும் சண்டை போட்டுக் கொண்டிருப்பார்கள். சுத்தமான முறையில் ஒரு சண்டையோடு பிரிந்து விடுவோம். தினமும் சண்டைப் போட்டுக் கொண்டிருக்க வேண்டாம் என்று அவர் கருதினார்.

படேல் ஒரு வாதாங்கோட்டை மாதிரியானவர். வெளியே கனமான மேல் தோடு. ஆனால் உள்ளே மென்மையான பருப்பு இருக்கிறது என்று மவுண்ட் பேட்டன் அவரைப் பற்றிக் கூறினார்.

அதிகமான முயற்சி இல்லாமல் அவரைத் தன் பக்கத்துக்கு இழுத்துக் கொண்ட வைசிராய் மற்ற காங்கிரஸ் தலைவர்களில் முதலில் காந்தி, நேருவின் மனங்களை மாற்றும் முயற்சிகளில் ஈடுபட்டார்.

மவுண்ட் பேட்டன் அழைப்பின் பேரில் மார்ச் 31ஆம் தேதியன்று காந்தி டில்லிக்கு வந்தார். படேல் மற்றும் அவரைச் சுற்றியிருப்பவர்களின் கருத்துக்கள் ஆசாத்துக்கு வேதனையை கொடுத்திருந்தன.

◻

4. சாகஸமும் சாதுர்யமும் மிக்க கோமகன்

உண்மையில் இந்தியாவின் வைஸ்ராய் என்ற பெருமைமிகு பதவியை வகிக்க இயற்கையிலேயே பொருத்தமானவராக லூயி மவுண்ட் பேட்டனைத் தவிர வேறெவரையும் வரலாற்றில் இனம் காண முடியாது.

அவரது குடும்ப உறவைப் பார்த்தாலே அவர் எத்தகைய கம்பீரமான ஆசனத்திலிருந்து பிரவகித்து இருக்கிறார் என்பது தெளிவாகும். பேரரசர் சார்லி மேனியிலிருந்து மவுண்ட் பேட்டனின் தாய்வழி உறவு தொடங்குகிறது.

இரண்டாம் கெய்சர் வில்ஹெம், இரண்டாம் ஜார் நிக்கோலஸ், ஸ்பெயின் நாட்டின் பதின்மூன்றாம் அல்போன்சா, ருமேனியாவின் முதலாம் கான்ஸ்டான்டின் ஆகியோரோடு மவுண்ட் பேட்டனுக்கு ரத்த சம்பந்தமாகவோ, திருமண உறவாகவோ தொடர்பு இருந்தது.

சுருங்கச் சொன்னால் மவுண்ட் பேட்டனுக்கு ஐரோப்பாவின் பிரச்சனை என்பது குடும்பப் பிரச்சனையாகவே இருந்தது. முதல் உலகப்போர் முடிவடைந்த சமயம் மவுண்ட் பேட்டனுக்கு பதினெட்டே வயது. அப்போதெல்லாம் அரச குடும்பங்களில்

இருந்த எல்லோருக்கும் அரசாட்சி கிடைக்க முடியாத நிலை இருந்தது.

விக்டோரியா ராணியின் அன்புக்குரிய பேத்தியான ஹெஸ்ஸி இளவரசி விக்டோரியாவுக்கும், பேட்டர்ன் பர்கின் இளவரசரும் அவரது மாமனுமான இளவரசர் லூயிக்கும் நான்காவது குழந்தை யாகப் பிறந்தவர் லூயி மவுண்ட் பேட்டன். அந்த காலகட்டத்தில் லூயி மவுண்ட் பேட்டனுக்கு அரச குடும்ப அனுபவங்கள் எல்லாம் வெறும் பழங்கதையாக மட்டுமே சுவைக்க முடியாது.

இளமைப் பருவத்தில் அவரின் அன்புக்குரிய மைத்துனர்களுடன் கோடை காலத்தில் அரண்மனைகளில் விளையாடும்போது இதனை மவுண்ட் பேட்டன் கேட்டறிந்தார்.

மவுண்ட் பேட்டனின் தந்தை அவரது சொந்த நாடான ஜெர்மனியை விட்டு பதினான்காவது வயதில் வெளியேறி பிரிட்டிஷ் கடற்படை யில் சேர்ந்து முதலாவது சீலார்ட் (Sea Lord) என்ற உயர் பதவியைப் பெற்றார்.

தந்தையுடன் போட்டியிட்டு முன்னேறும் நோக்கத்துடனேயே மவுண்ட் பேட்டன் சிறு வயதிலேயே கடற்படை அதிகாரி பணியை தெரிவு செய்தார்.

ஆனால் ஒரு படைவீரனாக மவுண்ட் பேட்டன் பயிற்சியைத் தொடங்கியபோது அவரது தந்தையின் வாழ்வில் துயரம் சூழ்ந்தது.

முதல் உலகப் போர் வெடித்தபின் பிரிட்டனில் பரவிய ஜெர்மனி எதிர்ப்பு என்ற மனநோயால் அவர் பதவி விலக வேண்டிய கட்டாயம் ஏற்பட்டது.

ஐந்தாம் ஜார்ஜ் மன்னரின் வேண்டுகோளை ஏற்று மவுண்ட் பேட்டனின் நெஞ்சில் நிறைந்த தந்தை தனக்கு வைத்த பெயரான பேட்டர்ன் பர்க் என்பதை மவுண்ட் பேட்டன் என்று மாற்றிக் கொண்டார்.

பிரிட்டன் பத்திரிகை உலகின் செல்லப் பிள்ளைகளில் ஒருவராக மவுண்ட் பேட்டன் கருதப்பட்டார். முதல் உலகப் போரின்

பயங்கரங்களுக்கு பின்னர் மவுண்ட் பேட்டன் உற்சாக உலகின் இளைஞரானார்.

அழகுக்கும் செல்வச் செழிப்புக்கும் வாரிசாக விளங்கிய எட்வினா ஆஷ்லியை திருமணம் செய்து கொண்டதும் அச்சமயம் வேல்ஸ் இளவரசரை மாப்பிள்ளைத் தோழனாகப் பெற்றதும் 1922ஆம் ஆண்டில் மவுண்ட் பேட்டன் வாழ்க்கையில் நிகழ்ந்த முக்கிய நிகழ்வாகும்.

லூயி மவுண்ட் பேட்டன் மற்றும் எட்வினா புகைப்படமோ அல்லது இவர்களைப் பற்றிய சிறு செய்தியோ இல்லாமல் அடுத்த சில ஆண்டு களில் பத்திரிகைகளின் ஞாயிறு இதழ்களைக் காண்பது அரிதாக இருந்தது.

அனைத்து நடன விருந்துகளிலும் போலோ போட்டியிலும் இருவரும் கலந்து கொள்ளாத நாளில்லை.

கவர்ச்சிமிக்க உற்சாக புருஷனாக நடமாடிய மவுண்ட் பேட்டன் ஆழமான அக்கறையும், ஈடுபாடும், அர்ப்பணிப்பும் கொண்ட கடற் படை அதிகாரியாக இருந்தார்.

எதிர்கால யுத்தம் என்பது அறிவியல் ஆணைப்படியே நடக்கும் என்பதையும், மேம்பட்ட தகவல் தொடர்களே வெற்றிக்கு வழி என்பதையும் உணர்ந்த மவுண்ட் பேட்டன் டெக் அதிகாரி என்ற பணியிலிருந்து மாறி சமிக்ஞைகள் பற்றிய ஆய்வில் ஈடுபட்டார்.

ஹிட்லரின் வளர்ச்சியையும், ஜெர்மனியின் ஆயுதக் குவிப்பையும் மவுண்ட் பேட்டன் கவலையுடன் கவனித்து வந்தார்.

ஜார் அரச பரம்பரையிலிருந்து தனது அன்புக்குரிய மாமாவான இரண்டாம் நிகோலஸை விரட்டிய ருஷ்ய சமூகத்தின் வளர்ச்சி யையும் அவர் கவலையோடும், தொலைநோக்குடனும் கவனித்து வந்தார்.

1930 களில் மவுண்ட் பேட்டனும் அவரது மனைவியும் நடன அரங்கில் செலவிடும் நேரத்தை குறைத்துக் கொண்டனர்.

1939 ஆகஸ்ட் 25ல் புதிதாக இயக்கப்பட்ட நாசகாரிக் கப்பல் எச்எம்எஸ் கெல்லியின் தலைமைப் பொறுப்பை பெருமையுடன் மவுண்ட் பேட்டன் ஏற்றார்.

இதற்கு சில மணி நேரம் கழித்து ஹிட்லரும், ஸ்டாலினும் அனாக் கிரமிப்பு ஒப்பந்தத்தில் கையெழுத்திட்டிருந்தார்கள் என்பதை வானொலி மூலம் அறிந்து கொண்டார் கெல்லியின் தளபதியான மவுண்ட் பேட்டன்.

கெல்லி கப்பலைக் கடலில் செலுத்துவதற்கான ஏற்பாடுகளை செய்ய மூன்று வாரம் தேவைப்படும் என்பதைக் குறைக்க இரவும் பகலும் பணி செய்யுமாறு கப்பலின் சிப்பந்திகளுக்கு மவுண்ட் பேட்டன் கட்டளையிட்டார்.

ஒன்பது நாட்களுக்கு பின் போர் மூண்டது. கெல்லி கப்பலின் தளபதியான மவுண்ட் பேட்டன் அழுக்கு உடைகளோடு கப்பலின் புறப்பகுதியில் சாதாரண சிப்பந்திகளோடு சேர்ந்து தொங்கியபடி வர்ணம் அடித்துக் கொண்டிருந்தார்.

ஆயினும் மவுண்ட் பேடடன் அடுத்த நாள், கெல்லி கப்பலை ஒரு ஜெர்மன் நீர் மூழ்கி கப்பலுக்கு எதிரான நடவடிக்கையில் ஈடுபடுத்தினார்.

'நமது காலுக்கடியில் கப்பல் மூழ்கிப் போனால் மட்டுமே நாம் கப்பலை விட்டுச் செல்ல வேண்டும்' என்று சிப்பந்திகளுக்கு உத்தர விட்டார் மவுண்ட் பேட்டன்.

ஜெர்மனியின் குண்டு மழைகளுக்கும், பனிமூட்டத்துக்கும் இடையில் போர்க் காலத்தில் மவுண்ட் பேட்டனின் கெல்லி கப்பல் பழுதுபட்டது.

வடகடலில் டார்டிடோ குண்டு வீச்சால் கெல்லி கப்பலின் நீராவி அறை அழிந்தது. உயிர் தப்பித்துக் கொள்ளும் உத்தரவை ஏற்க அந் நிலையிலும் மவுண்ட் பேட்டன் மறுத்து விட்டார்.

ஓராண்டுக்குப் பின் 1941 மே மாதத்தில் கிரீட்டின் கரைக்கு அப்பால் கெல்லி கப்பல் வாழ்வு முடிவுக்கு வந்தது. கப்பலின் வெடி

பொருள்கள் சேமிப்பு பகுதியில் ஒரு குண்டு விழுந்ததால் சில நிமிடங்களில் கடலுக்குள் மூழ்கி அழிந்தது. ஏற்கனவே தான் செய்த சபதத்தில் உறுதியோடு இருந்த மவுண்ட் பேட்டன் கப்பல் நீருக்குள் மூழ்கும்வரை அதிலேயே இருந்தார்.

பின்னர் கரை சேர்வதற்கு போராடி நீச்சலடித்தார் மவுண்ட் பேட்டன்.

கெல்லி கப்பலில் அவர் நிகழ்த்திய சாகசங்களை பாராட்டும் முகமாக மவுண்ட் பேட்டனுக்கு 'டிஎஸ்ஓ' விருது வழங்கி கௌரவிக்கப்பட்டது. மவுண்ட் பேட்டன் மனது வைத்தால் பிணத்தை நெருங்காமல் கழுகையும் கவர்ந்து விடுவார் என்று அவரது நண்பர் ஒருவர் அவரது சாகசம் குறித்து கூறினார்.

கடலில் போர் செய்ததும் உயர் பதவி வகித்ததும் விரைந்து முடிவெடுக்கும் அவரது அசாத்திய திறமையும் அவரை தலைமைப் பதவிக்குரிய உயர் பண்பை கொண்டு வந்து சேர்த்தது.

வாழ்நாள் முழுவதுமான கடினமான உழைப்பும் அறிவார்ந்த பகுத்தாய்கிற மனதை அவர் பெற்றார்.

◻

5. நேருவின் சீற்றம்

1947ஆம் ஆண்டு நடந்த சம்பவம் இது. ஒரே நாடாக இருந்த இந்தியா பிரிட்டனிடம் இருந்து சுதந்திரம் பெற்று இரண்டாகப் பிரிந்தபோது இரு தரப்பிலும் பல்வேறு பிரச்சனைகள் எழுந்தன.

அதன் விளைவு? இரு நாட்டின் மக்களும் பிரச்சனைகளை எதிர் கொண்டனர். பல்வேறு இடங்களில் வன்முறை சம்பவங்கள் நடைபெற்றன.

பாகிஸ்தானின் லாகூரோ இந்தியாவின் டெல்லியோ மக்களுக்கு ஏற்பட்ட சோதனைகளும், வேதனைகளும் அளவிட முடியாதவை. என்றென்றும் நீங்கா வடுக்களை ஏற்படுத்தியவை பொது மக்களின் உடைமைகள் சூறையாடப்பட்டன. தாக்கப்பட்ட மக்கள் காயங் களும் ரத்தம் வழிய பாதுகாப்பு தேடி ஓடினார்கள்.

டெல்லியில் கன்னாட்ளேஸ் பகுதியில் முஸ்லீம்களின் கடைகள் கொள்ளையிடப்படும் தகவல் பிரதமர் ஜவஹர்லால் நேருவுக்கு கிடைத்தது. உடனே அவர் அங்கு சென்றபோது காவல் துறையினர் கைகட்டி வேடிக்கை பார்த்துக் கொண்டிருந்தனர்.

முஸ்லீம்களின் கடைகளை குறி வைத்த இந்து மற்றும் சீக்கிய மக்களில் சிலர் அங்கிருக்கும் பொருட்களை சூறையாடினார்கள்.

அதைப் பார்த்த நேரு சீற்றத்தில் சினந்தெழுந்தார். தன்னருகே நின்று கொண்டிருந்த போலீசாரின் கையிலிருந்த தடியை பிடுங்கி கொள்ளையிட்டவர்களை விரட்டினார். நேரு நேரடியாக களத்தில் இறங்கி செயல்பட்டது ஒரு முறை மட்டுமல்ல.

முன்னாள் ஐ.சி.எஸ். அதிகாரியும் பல்வேறு நாடுகளில் இந்திய தூதராக பணிபுரிந்தவருமான பத்ருதீன் தையப்ஜி நேரு வினவப் பற்றிய நினைவுகளை தமது சுயசரிதையில் இவ்வாறு குறிப்பிடுகிறார்.

பழைய டெல்லியில் உள்ள அகதி முகாம்களுக்கு செல்ல முயலும் முஸ்லீம்களை அவர்கள் செல்லும் வழியில் மிண்டோ பாலத்தின் அருகே வழிமறித்து கொலை செய்கின்றனர் என்ற தகவலை நேரு விடம் சொன்னேன்.

நான் சொன்னதைக் கேட்டதும் வெகுண்டெழுந்த நேரு விரைவாக மாடிப் படிகளில் ஏறிச் சென்றார். திரும்பி வந்த அவரது கையில் தூசி படிந்த கைத்துப்பாக்கி ஒன்று இருந்தது.

பல ஆண்டுகளாக பயன்படுத்தப்படாமல் இருந்த அவருடைய தந்தை மோதிலால் நேருவுடைய துப்பாக்கி அது.

அன்று இரவு நானும், அவரும் முகாமுக்கு செல்லும் முஸ்லீம்கள் போல பழைய அழுக்கான ஆடைகளை அணிந்து கொண்டு செல்ல வேண்டும். அங்கு எங்கள் மீது தாக்குதல் நடத்தப்பட்டால் தாக்குதல் தாரிகளை சுட்டுத் தள்ள வேண்டும் என்று சொன்னார் நேரு.

இதைக் கேட்ட எனது சப்த நாடியும் ஒடுங்கி விட்டது. ஒரு சுதந்திர நாட்டின் பிரதமருக்கு இதுபோன்ற பிரச்சனையை களையெடுக்க வேறு வழிகளும் இருக்கிறது என்று பொறுமையாக புரிய வைத் தேன்.

நேருவின் கோபமே அவரது உயிருக்கு உலை வைக்கும் என்ற பயம் மவுண்ட் பேட்டனுக்கு எப்போதுமே இருந்தது. எனவே நேருவை கண்காணிப்பதற்காக அவர் சில வீரர்களை நியமித்திருந்தார்.

இதே போல நாடு சுதந்திரம் பெறுவதற்கு சில நாட்கள் முன்பு இரவு 11 மணியளவில் ஜாமியாமிலியா இஸ்லாமிய கல்லூரியின் தலைவர் முனைவர் ஜாகிர் உசேன் நேருவின் நண்பரான முகம்மது யூனுசுக்கு அச்சத்துடன் தொலைபேசியில் அழைப்பு விடுத்தார். ஜாகிர் உசேன் இந்தியாவின் மூன்றாவது குடியரசுத் தலைவராக பதவி வகித்தவர் என்பது குறிப்பிடத்தக்கது.

அந்த சமயத்தில் யூனுஸ் நேருவின் வீட்டிலேயே தங்கியிருந்தார். கலவர கும்பல் ஒன்று கல்லூரியின் முன்பு திரண்டிருப்பதாகவும் அவர்களின் நோக்கம் சரியானதாக தோன்றவில்லை என்ற ஜாகிர் உசேனின் அச்சத்தை நேருவிடம் தெரிவித்தார் யூனுஸ்.

யூனுஸ் தமது 'Persons, Passions and Polities' என்ற புத்தகத்தில் இவ்வாறு குறிப்பிட்டுள்ளார்.

தொலைபேசியில் தகவலை கேட்டதும் அலுவலகத்தில் பணியில் ஈடுபட்டிருந்த நேருவிடம் ஓடிச் சென்று இதனை தெரிவித்தேன். உடனே காலை வரச் சொன்ன நேரு, என்னையும் உள்ளே உட்காரச் சொன்னார்.

நேருவின் பாதுகாவலர்கள் யாரும் காரில் இல்லை. ஜாமியாமிலியா கல்லூரியை நாங்கள் சென்றடைந்தபோது, அங்கிருந்த மாணவர்களும், பணியாளர்களும் அச்சத்தில் உறைந்து போய் உள்ளே அடைக்கலமாகி இருந்தார்கள். கலவரக் கும்பல் அவர்களை சூழ்ந்திருந்தார்கள்.

அங்கு நேரு சென்றதும் அவரை அடையாளம் கண்டு கொண்ட கலவரக்காரர்கள், நேருவைச் சுற்றி வளைத்தனர். நேரு சற்றும் பயப்படாமல் அவர்களை நோக்கி உரத்தக் குரலில் கூச்சலிட்டார்.

பாதுகாப்பில்லாமல் கலவரக் கும்பலுக்கு மத்தியில் நேரு சென்ற தகவல் வைஸ்ராய் மவுண்ட் பேட்டனுக்கு தெரிந்து விட்டது.

உடனே இயந்திரத் துப்பாக்கிகள் பொருத்தப்பட்ட சில வாகனங்களுடன் தனது மெய்க்காவலர்களையும் நேருவின் பாதுகாப்புக்கு அனுப்பி விட்டார் மவுண்ட் பேட்டன்.

அங்கு வந்து சேர்ந்தபோது நேருவைச் சுற்றி கும்பல் நிற்பதைப் பார்த்தார்கள்.

'ஜவஹர்லால் நேரு ஜிந்தாபாத்' என்று அவர்கள் சமயோசிதமாக குரல் எழுப்பிக் கொண்டே சென்றதும் கலவரக்காரர்கள் சுதாரித்துக் கொண்டார்கள். பிரதமரிடம் மன்னிப்பும் கேட்டார்கள். கல்லூரிக்குள் சென்ற நேரு ஜாகிர் உசேனுக்கு ஆறுதல் அளித்தார்.

●

நேருவின் ஒன்றுவிட்ட சகோதரரும் அமெரிக்கா விற்பனை இந்திய தூதராக பணியாற்றியவருமான பி.கே. நேரு 1935ஆம் ஆண்டு ஒரு ஹங்கேரிய பெண் ஃபோரியை திருமணம் செய்து கொண்டார்.

திருமணத்திற்கு முன் குடும்பத்தினரை சந்திப்பதற்காக அவர் ஆனந்த பவனத்திற்கு ஃபோரியை அழைத்துச் சென்றார்.

கதராடை அணியும் குடும்பத்தினரை சந்திக்க மிக்க ஆவலுடன் காதலர்கள் சென்றார்கள். ஆனால் அப்போது கல்கத்தாவின் அலிபூர் சிறையில் நேரு இருந்தார். எனவே தனது வருங்கால மனைவியை கல்கத்தாவிற்கு அழைத்துச் சென்றார் பி.கே.நேரு.

கைதியாக சிறையில் நேருவைப் பார்த்தபோது நேர்மையானவராக, இணக்கமானவராகவும் ஆங்கிலேயரைப் போன்ற தோற்றத்தையும் கொண்ட அவர் எந்த சட்டத்தையும் மீற முடியும் என்பதை ஃபோரியால் நம்ப முடியவில்லை.

நேருவிடம் சிறிது நேரம் பேசியிருந்து விட்டு சிறையில் இருந்து வெளியேறும்போது ஃபோரியால் கண்ணீரைக் கட்டுப்படுத்த முடியவில்லை. மாதத்திற்கு ஒரு முறை மட்டுமே குடும்பத்திற்கு கடிதம் எழுத நேரு அனுமதிக்கப்பட்ட காலம் அது.

பி.கே. நேரு Nice Guys Finish Second என்ற தமது சுயசரிதையில் இவ்வாறு எழுதுகிறார்.

அடுத்த மாதம் ஆனந்த பவனிற்கு வந்த கடித உறையில் எங்களுக் கான ஒரு கடிதமும் இருந்தது. இப்போது நீயும் நேரு குடும்பத்தின் உறுப்பினர். நேரு குடும்பத்தின் சில வரையறைகளை நீங்கள் கற்றுக்

கொள்ள வேண்டும் என்று எங்கள் இருவருக்கும் நேரு எழுதியிருந் தார்.

என்னை சந்தித்து விட்டு செல்லும்போது உங்கள் கண்கள் ஈரமானதைப் பார்த்தேன். எப்போதும் ஒன்றை மட்டும் மறந்து விடாதே. மலையளவு துக்கம் வந்தாலும் நேரு குடும்பத்தினர் கண்ணீர் விடுவதில்லை.

அதே கடித உறையில் இருந்த இந்திரா காந்திக்கான கடிதத்தில் குடும்பத்தின் புது மருமகளை பிடித்திருந்ததாக குறிப்பிட்டிருந்தால் ஜவஹர்லால் நேரு.

●

1949ஆம் ஆண்டு ஏப்ரல் மாதம் பர்மாவின் முதல் பிரதமர் யூநூ திடீர் பயணமாக டெல்லி வந்தார். அன்று ஞாயிற்றுக்கிழமை. அப்போது வெளியுறவு அமைச்சகத்தில் பணியாற்றிய ஒய்டி குண்டேவியா ஷார்ட்ஸ் அணிந்து கொண்டு நீச்சல் பயிற்சிக்காக ஜிம்கானா கிளப்புக்கு செல்வதற்காக தனது காரில் ஏறி அமர்ந்தார்.

அப்போது வீட்டில் இருந்த தொலைபேசி ஒலித்தது. நேரு உங்களை உடனே சந்திக்க விரும்புகிறார் என்று நேருவின் செயலர் ஏ.வி.பை. கூறினார். தனது மனைவியை அரை மணி நேரம் காத்திருக்கச் சொன்ன குண்டேவியா அணிந்திருந்த உடையுடன் நேருவை சந்திக்க சென்றார்.

என்னை அந்த ஆடையில் பார்த்த நேரு எங்கிருந்த வருகிறாய்? விமான நிலையத்திற்கு போகவில்லையா? என்று கேட்டார்.

அப்போதுதான் டீஷர்ட் ஷார்ட்சுடன் இருப்பதையும் என் தோளில் துண்டு இருப்பதையும் உணர்ந்தேன். நீச்சல் பயிற்சிக்காக சென்று கொண்டிருந்தேன் என்று தர்ம சங்கடத்துடன் நேருவிடம் கூறினேன் என 'Outside the Archive' என்ற தனது புத்தகத்தில் குண்டேவியா குறிப்பிட்டுள்ளார்.

யூநூவை வரவேற்க பாலம் விமான நிலையத்திற்கு செல்லவில்லையா என்று கேட்டார். அவர் ஒரு மணி நேரத்தில் இந்தியா வருவதாக

இருந்தது. நான் செல்ல வேண்டிய அவசியம் இல்லை என்று நெறி முறைகளுக்கான புரோட்டோகால் துறையினர் கூறியதை பிரதமரிடம் குறிப்பிட்டேன்.

"நெறிமுறை? புரோட்டோகால்? என்ன அவசியம் அதற்கு" என்று கர்ஜித்தார் பிரதமர். நீ மட்டும்தான் அவரை இதற்கு முன்னர் சந்தித்திருக்கிறார். என்னுடன் காரில் ஏறு, பாலம் விமானம் செல்ல வேண்டும் என்று உத்தரவிட்டார் அவர்.

அரைகுறை ஆடையுடன் எப்படி வருவது என்று கேட்டேன். இப்படியே வா என்று சொல்லி விட்டார். வேறு வழி? நானும் அவருடனேயே ஏறக்குறைய ஓடிச்சென்று காரில் ஏறிக் கொண் டேன். நேருவுடன் என்னை அந்தக் கோலத்தில் விமான நிலையத்தில் பார்த்த அனைவருக்கும் வியப்பு ஏற்பட்டதை மறக்க முடியாது.

"யூ நூவை நேருவுக்கு அறிமுகப்படுத்தி விட்டு வேறொரு காரில் வீட்டுக்கு வந்து விட்டேன். இரண்டு பிரதமர்களும் பயணித்த காரில் பின்புற இருக்கையில் என்னுடைய துண்டும், நீச்சல் உடையும் இருந்தது.

அடுத்த நாள் காலை எனது அலுவலக மேசையின் மீது என்னுடைய நீச்சல் உடை மற்றும் துண்டு இருந்த பொட்டலம் ஒன்று இருந்தது" என்று குறிப்பிடுகிறார் குண்டேவியா.

❐

6. பதவி ஏற்பும் பந்தா இல்லாத விருந்தும்

இந்தியாவை ஆளப்போகும் கடைசி ஆங்கிலேயர் 1947 மார்ச் 24ஆம் தேதி காலையில் வைஸ்ராய்க்கான தங்க நிறமும், சிவப்பு நிறமும் கலந்த சிம்மாசனத்தில் இன்னும் சிறிது நேரத்திற்குள் அமரவிருக்கிறார்.

லூயி மவுண்ட் பேட்டன் சிம்மாசனத்தில் அமரும்போது கௌரவம் மிக்க அரசப் பரம்பரையின் இருபதாவது மற்றும் கடைசிப் பிரதிநிதியாக இருப்பார்.

வைஸ்ராய் மாளிகையின் தர்பார் மண்டபத்தில்தான் அவரது அதிகார பூர்வமான பதவியேற்பு நிகழ்ச்சி நடந்தது.

கடைசி குண்டு முழக்கத்தின் ஒலி தர்பார் மண்டபத்தில் மங்கி மறைந்தபோது புதிய வைஸ்ராய் மவுண்ட் பேட்டன் மைக்கை நோக்கி நடந்தார்.

அவரது ஊழியர்களின் ஆலோசனைகளுக்கு எதிராக அங்கே கூடி யிருந்தவர்களிடம் உரையாற்றி பழைய பாரம்பரிய நடைமுறை களை உடைத்தெறிய முடிவு செய்தார் மவுண்ட் பேட்டன்.

"எனது பொறுப்பு சிக்கல்கள் மிகுந்தது என்பதில் எனக்கு எந்த தயக்கமும் இல்லை. இயன்ற அளவு அதிக எண்ணிக்கையிலானவர்களின் பேராதரவு எனக்குத் தேவைப்படும். அந்த பேராதரவைத் தான் நான் இன்று இந்தியாவிடம் வேண்டுகிறேன்" என்று அவர் கூறினார்.

இந்திய அரசியல் தலைவர்கள் மீது தனது கருத்துக்களை திணிப்பதற்கு இந்தியா மீதான தனது ஆளுமையை முதலில் செலுத்த வேண்டும் என மவுண்ட் பேட்டன் உணர்ந்தார்.

மகத்தானதும் புத்திசாலித்தனமானதுமான காரியம் செய்யாமல் தான் வைஸ்ராயாகவே இருப்பது சாத்தியம் இல்லை என்று மவுண்ட் பேட்டன் உறுதியாக நம்பினார்.

இந்தியாவிலிருந்து பிரிட்டிஷாரை வெளியேற்றவே அவர் புது தில்லிக்கு அனுப்பி வைக்கப்பட்டார். எனினும் தங்க நிறமும், சிவப்பு கலந்த முடியுடைய பிரிட்டிஷ் அரசின் அனைத்து பண்டைய புகழை கடைசி நேரத்திலும் மிளிரச் செய்ய வேண்டும் என்று மவுண்ட் பேட்டன் தீர்மானித்தார்.

எழுச்சிமிகு மனோநிலை, பிரச்சனையின் மூலத்தையே அறிந்து விடும் திறன் இவற்றுக்கும் மேலாக செய்யும் பணியில் காட்டும் வேகம் ஆகியவற்றால் தனக்குக் கீழே உள்ள புதிய ஐசிஎஸ் அதிகாரிகளை மவுண்ட் பேட்டன் வியப்படையச் செய்தார்.

பாதுகாப்புப் படையினர், மெய்க்காப்பாளர் என்ற திரைகளையெல்லாம் கிழித்தெறிய மவுண்ட் பேட்டன் தீர்மானித்தார்.

தமது மனைவி அல்லது மகளுடன் காலையில் பாதுகாவலர் எவரும் இன்றியே தாம் குதிரை சவாரி செய்யப் போவதாக முதல் அறிவிப்பை வெளியிட்டார். மவுண்ட் பேட்டனின் அந்த அறிவிப்பு அதிர்ச்சி அலைகளை மாளிகை முழுவதும் எழுப்பியது.

வைஸ்ராயும் அவரது மனைவி எட்வினாவும் தாவும் குதிரை மீதமர்ந்து கருணையோடு கையசைத்தபடி காலை நேரங்களில் சவாரி செய்வதை கிராம மக்களால் நம்ப முடியவில்லை.

புதுடில்லியில் ஜவஹர்லால் நேருவின் இல்லத்தில் நடந்த திறந்தவெளி விருந்து நிகழ்ச்சிக்கு மவுண்ட் பேட்டன் வைஸ்ராய் தம்பதிகள் சென்றிருந்தனர்.

இதனை நம்ப முடியாமல் நேருவின் பணியாளர்கள் வாயடைத்து நின்றனர். மவுண்ட் பேட்டனோ நேருவின் தோளில் கை போட்டும், விருந்தினர்களுடன் கலகலப்பாக பேசியும் கை குலுக்கியும் வளைய வந்தார்.

இந்தச் செயல் மிகப் பெரிய தாக்கத்தை ஏற்படுத்தியது. 'கடவுளுக்கு நன்றி சொல்ல வேண்டும். கடைசியாக நாம் ஒரு மனிதரை வைஸ்ராயராகப் பெற்றிருக்கிறோம். சட்டைக்குள் திணிக்கப்பட்ட ஜடத்தை அல்ல' என்று அன்று மாலை நேரு அவரது சகோதரியிடம் கூறினார்.

வைஸ்ராய் மாளிகையில் இப்போது இந்திய மக்களுக்குப் புதிய மரியாதை கிடைத்து வருகிறது. இந்திய விருந்தினர்கள் இல்லாமல் வைஸ்ராய் மாளிகையில் எந்த விருந்து நிகழ்ச்சிகளும் நடக்கக் கூடாது என்றும் ஊழியர்களுக்கு அவர் அறிவுறுத்தினார்.

அவரது துணைவியார் எட்வினா மவுண்ட் பேட்டன் வைஸ்ராயின் விருந்து முறையில் மேலும் குறிப்பிடத்தக்க புரட்சிகர மாற்றத்தைக் கொண்டு வந்தார். இந்திய விருந்தாளிகளை கௌரவிக்கும் வகையில் இந்தியக் காய்கறி உணவு வகைகளையே வைஸ்ராய் மாளிகையின் சமையல் அறைகளில் தயாரிக்க வேண்டும் என்று அவர் பணித்தார்.

நூற்றாண்டுக்கும் மேலாக அரச விருந்தின்போது வைஸ்ராய் மாளிகையில் இத்தகைய உணவு வகைகள் பரிமாறப்பட்டதில்லை.

இந்தியத் தலைவர்களில் ஏற்கனவே மவுண்ட் பேட்டனால் அறியப்பட்ட ஒரே ஒரு தலைவர் நேருதான்.

மவுண்ட் பேட்டன் தென்கிழக்கு ஆசியப் படையின் தலைமை யகத்தைப் பெற்றிருந்த சிங்கப்பூருக்கு நேரு பயணம் செய்தபோது போர் முடிந்த நிலையில் இருவரும் சந்தித்துக் கொண்டார்கள்.

பிரிட்டிஷ் சிறைக்கூடத்தின் தூசு படிந்த காலனிகளைக் கொண்டிருக்கும் புரட்சியாளர் ஒருவரை சந்திக்கவோ அவருடன் பேசவோ கூடாது என ஆலோசகர்கள் கூறியதையும் புறக்கணித்து விட்டு அகில இந்தியத் தலைவரை மவுண்ட் பேட்டன் சந்தித்தார். அந்த சம்பவத்தை இப்போது நினைத்துக் கொண்டார்.

நேருவிடமிருந்த கவர்ச்சி, பண்பாடு, நகைச்சுவை உணர்வு ஆகியவற்றால் மவுண்ட் பேட்டன் தம்பதியின் வெகு மகிழ்ச்சியடைந்தனர்.

மவுண்ட் பேட்டன் தனது ஊழியர்களுக்கு கிலி ஏற்படுத்தும் வகையில் நேருவைப் பக்கத்தில் அமர்த்திக் கொண்டு அவரது திறந்த காரில் சிங்கப்பூரின் தெருக்களில் உலா வர தன்னிச்சையாக முடிவு செய்தார். இத்தகைய செயல்கள் பிரிட்டிஷ் ஆட்சிக்கு எதிரான கிளர்ச்சிக்காரரின் மதிப்புயர மட்டுமே பயன்படும் என்று அவரது ஆலோசகர்கள் எச்சரித்தனர்.

அதனைக் கேட்ட மவுண்ட் பேட்டன் 'அவருக்கு மதிப்புயருமா?' என்று எதிர் கேள்வி எழுப்பினார்.

'அவரால்தான் எனக்கு மதிப்பு உயரும். ஒரு நாளைக்கு இந்த மனிதர் இந்தியாவின் பிரதம மந்திரியாவார்' என்றும் கூறினார் மவுண்ட் பேட்டன்.

இப்போது மவுண்ட் பேட்டனின் அந்த கணிப்பு உண்மையாகி விட்டது. இந்தியாவின் இடைக்கால அரசில் பிரதம மந்திரியாக இருப்பவர் என்ற நிலையில் மவுண்ட் பேட்டனின் கூட்ட அறைக்கு செல்லும் கௌரவத்தை நேரு பெற்றார்.

நேருவும் மவுண்ட் பேட்டனும் முதன் முறையாக சந்தித்ததிலிருந்து உலகிலும் அவர்களின் சொந்த வாழ்க்கையிலும் பல மாற்றங்கள் ஏற்பட்டன.

ஆனாலும் இவர்களின் முந்தைய சந்திப்பின்போது ஏற்பட்ட பரஸ்பர புரிந்துணர்வின் தொடர்ச்சி வைஸ்ராயின் கூட்ட அறையிலும் நீடித்தது.

யதார்த்த சிந்தனையாளரான நேருவுக்கு மவுண்ட் பேட்டனின் நடைமுறை செயல்பாடு மிகவும் பிடித்திருந்தது. போர்க் காலத்தில் ராணுவத்திற்குத் தலைமை ஏற்றதால் விரைந்து முடிவெடுத்து செயல்படும் குணம் அவருக்கிருந்தது.

நேருவின் பண்பாடும் அவரின் நுட்பமான சிந்தனையும் மவுண்ட் பேட்டனை உற்சாகமடையச் செய்தன.

பிரிட்டனுக்கும் புதிய இந்தியாவுக்கும் இடையேயான தொடர்பைப் பராமரிக்க வேண்டும் என்ற தனது விருப்பத்தைப் புரிந்து கொள்ளவும், அந்த வகையில் கருத்துப் பரிமாறிக் கொள்ளவும் தகுதியான இந்தியாவின் ஒரே அரசியல்வாதி ஜவஹர்லால் மட்டுமே என்பதை அவர் விரைவிலேயே புரிந்து கொண்டார்.

இந்தியாவை ஒற்றுமையாக வைத்திருக்க அதன் தலைவர்களை இணங்கச் செய்ய முடியாவிட்டால் அதனைப் பிரிக்குமாறு அவர்களை மவுண்ட் பேட்டன் வலியுறுத்தும் நிலையில் இருந்தார்.

பிரிவினை பற்றி காந்தியின் சமரசமற்ற எதிர்ப்பு மவுண்ட் பேட்டனின் பாதையில் பெரும் தடையாக இருக்கக் கூடும். அப்படி காந்தி எதிர்க்கும் பட்சத்தில் காங்கிரஸ் தலைவர்களை காந்திக்கு எதிராக பிரிந்து வர வற்புறுத்தி விடலாம் என்று மவுண்ட் பேட்டன் நினைத்தார். மகாத்மாவுக்கு எதிராக வெளியே வந்து நிற்பதற்கான தைரியம் நேருவுக்கு மட்டுமே இருப்பதாக மவுண்ட் பேட்டன் நினைத்தார்.

தன் காரிய சாதனைக்கு நேருவை நிச்சயம் பயன்படுத்திக் கொள்ள முடியும் என்று மவுண்ட் பேட்டன் நம்பினார்.

வாசல் வரை நேருவுடன் வந்த மவுண்ட் பேட்டன் "மிஸ்டர் நேரு இந்தியாவில் பிரிட்டிஷ் ஆட்சியை முடிவுக்கு கொண்டு வர வந்திருக்கும் கடைசி வைஸ்ராயாக என்னைக் கருதாமல் புதிய இந்தியாவுக்கு வழிகாட்டும் முதலாவது நபராக என்னைக் கருத வேண்டும் என்றே நான் விரும்புகிறேன்" என்று கூறினார்.

7. நேரு – எட்வினா உறவின் பின்னணி உண்மை

நெருங்கிய உறவை தங்களுக்குள் வளர்த்துக் கொண்டிருந்த நேருவும் எட்வினாவும் இந்தியா சுதந்திரம் அடைந்த பிறகும் அது தொடர்ந்தது என்று பல அறிக்கைகள் கூறுகின்றன.

1947ஆம் ஆண்டு மார்ச் மாதம் மங்கலான கோடையில் எட்வினா மவுண்ட் பேட்டன் தனது கணவர் கடைசி வைஸ்ராய் லார்டு லூயிஸ் மவுண்ட் பேட்டனுடன் இந்தியா வந்தார்.

இந்தியாவின் வகுப்புவாதப் பிரச்சனைகளைத் தீர்ப்பது, அதிகாரத்தை ஒப்படைப்பது, தன்னாட்சி பெற்ற சமஸ்தானங்களைக் கொண்டு வருவது, கடைசியில் எல்லாக் காலத்திலும் மிகப்பெரிய படுகொலை யாகக் கருதப்படும் பிரிவினையை தீர்த்து வைப்பது போன்ற குழப்பங்களுக்கு மத்தியில் நேருவும், எட்வினாவும் ஏதோ ஒரு பின்னணியில் ஒருமித்த உணர்வலைகளில் ஐக்கியமாயிருந்தனர்.

எட்வினா மவுண்ட் பேட்டன் மற்றவர்களிடம் எப்போதாவது பேசும் ஒரு உள்முகமான பெண் என்று எல்லோராலும் விவரிக்கப் பட்டிருந்த நேரம்.

அதே சமயம் எட்வினா நேருவிடம் மட்டுமே பேசியதால் அவருக்கும் அவருடனான உறவைப் பற்றி அனைவரும் ஆர்வமாக இருந்தனர்.

நேருவும், எட்வினாவும் நெருங்கிய உறவை வளர்த்துக் கொண்டனர். இந்தியா சுதந்திரம் அடைந்த பிறகும் அது தொடர்ந்தது என்று பல அறிக்கைகள் கூறுகின்றன.

எட்வினா உயிருடன் இருக்கும்வரை நேரு கடிதம் எழுதுவார். அதை மவுண்ட் பேட்டன் பிரபு அறிந்திருந்தார்.

நேருவும் பிரிட்டனுக்குச் சென்று ஹாம்ப்ஷயரில் விருந்தினராகத் தங்கினார்.

எட்வினாவின் மகள் பமீலா மவுண்ட் பேட்டன், எட்வினாவின் மரணத்திற்குப் பிறகு அவரது தாயாருக்கும், நேருவுக்கும் இடையே நடந்த கடிதப் பரிமாற்றத்தைப் படித்திருந்தார்.

நேருவும், அவரது தாயும் ஒருவரையொருவர் விரும்புவதாக பமீலா கூறியிருந்தார். யுனைடெட் கிங்டமில் முதன் முதலில் 2012ல் வெளியிடப்பட்ட 'எம்பயர் மகள் லைஃப் அஸ் எ மவுண்ட் பேட்டன்' என்ற புத்தகத்தில் பமீலா, 'எட்வினாவும் நேருவும் காதலிப்பதாகவும், ஆனால் அவர்களுக்கு உடல் உறவு இல்லை' என்றும் கூறினார்.

பமீலாவின் கூற்றுப்படி அவர்கள் கொண்டிருந்த உணர்ச்சி மற்றும் ஆழமான பிணைப்பு சராசரி மனிதரின் புரிதலுக்கு அப்பாற்பட்டது.

அடுத்தடுத்த ஆண்டுகளில் நேருவின் செயலாளர் கே.எஃப். ருஸ்தமின் நாட்குறிப்பு தொகுக்கப்பட்டு புத்தகமாக வெளியிடப்பட்டது. நேரு மற்றும் எட்வினாவின் காதலை அது குறிப்பிட்டது.

நேருவுக்கு மற்ற பெண்கள் மீதுள்ள பாசமும் அதில் குறிப்பிடப்பட்டுள்ளது. சரோஜினி நாயுடுவின் மகள் பத்மஜாவும், நேருவுடன் பாசத்தில் இருந்தார். பத்மஜாவுக்கு நகைச்சுவை உணர்வு அதிகம். நேருவை அவர் கவனித்துக் கொள்ள விரும்பினார்.

முன்னதாக ஒரு நேர்காணலில், 'இந்திய சம்மர் : தி சீக்ரெட் ஆஃப் அன் எம்பயர்' புத்தகத்தின் ஆசிரியர் அலெக்ஸ் வான்தேஜ் மேன், ஒருமுறை பத்மஜா, எட்வினா மீது கோபமாக போட்டோ பிரேமை வீசியதாகக் கூறினார்.

ஆனால் பின்னர் இருவரும் நல்ல நண்பர்களாக மாறினர். நேரு அறிவார்ந்த பெண்களை விரும்புகிறார் என்று தேஸ்மான் கூறினார்.

8. எட்வினா மவுண்ட் பேட்டன்

1920ஆம் ஆண்டில் பிரிட்டிஷ் அரச குடும்பத்தின் உறவினரும், ரஷ்யாவின் பேரரசி அலெக்ஸாண்ட்ராவின் மருமகனுமான லூயிஸ் மவுண்ட் பேட்டனை முதன் முதலாக சந்தித்த நேரத்தில், எட்வினா ஆஷ்லே லண்டன் சமூகத்தின் முன்னணி உறுப்பினராக இருந்தார்.

எட்வினா ஆஷ்லேயும் மவுண்ட் பேட்டனும் 1922 ஜூலை 18 அன்று வெஸ்ட் மின்ஸ்டரில் உள்ள செயிண்ட் மார்கரெட்ஸில் திருமணம் செய்து கொண்டனர்.

ராணி மேரி, ராணி அலெக்ஸாண்ட்ரா மற்றும் வேல்ஸ் இளவரசர் போன்ற அரச குடும்ப உறுப்பினர்கள் உட்பட 8000க்கும் மேற்பட்ட மக்களை இந்த திருமணம் ஈர்த்தது. இது 'ஆண்டின் திருமணம்' என்று அழைக்கப்பட்டது.

எட்வினா சிந்தியா அனெட் ஆஸ்லே 1901ல் பிறந்தார். வில்ஃபரிட் ஆஷ்லேயின் மூத்த மகளாக அவர் பாராளுமன்றத்தின் கன்சர் வேடிவ் உறுப்பினராக இருந்தார்.

அவரது தங்கை மேரி ஆஷ்லே. எட்வினாவின் தாயார் அமாலியா மேரி மவுட் கேசல் *(1879-1911)* சர்வதேச அதிபரான சர் எர்னஸ்ட் கேசலின் ஒரே குழந்தை.

எட்வினா ஆஷ்லே உறைவிடப் பள்ளிகளுக்கு அனுப்பப்பட்டார். முதலில் ஈஸ்ட்போர்னில் உள்ள லிங்க்ஸுக்கும், பின்னர் சஃபோல்க்கில் உள்ள ஆல்டேஹவுஸுக்கும் அனுப்பப்பட்டார். அந்த நேரத்தில் எட்வினா மகிழ்ச்சியற்றவராக இருந்தார். பள்ளியில் தனது அனுபவத்தை 'சுத்த நரகம்' என்று விவரித்தார்.

மவுண்ட் பேட்டன் - எட்வினா தம்பதியருக்கு இரண்டு மகள்கள் இருந்தனர். பாட்ரிசியா மற்றும் பமீலா.

ட்ரூபியர்சன் *1944*ல் எட்வினாவை இங்கிலாந்தின் மிக அழகான பெண்களில் ஒருவர் என்று விவரித்தார்.

எட்வினா மற்றும் அவரது மைத்துனி மார்ச்சியோனஸ் மிகவும் நெருங்கிய நண்பர்களாக இருந்தனர்.

இரண்டாம் உலகப் போர் வெடித்த பிறகு மவுண்ட் பேட்டன் அமெரிக்காவுக்கு விஜயம் செய்தார். அங்கு அவர் பிரிட்டிஷ் செஞ்சிலுவை சங்கம் மற்றும் செயின்ட் ஜான் ஆம்புலன்ஸ் பிரிகேட் ஆகியவற்றிற்கு நிதி திரட்டும் முயற்சிகளுக்கு நன்றி தெரிவித்தார்.

1942 ஆம் ஆண்டில் அவர் செயின்ட் ஜான் ஆம்புலன்ஸ் பிரிகேட்டின் கண்காணிப்பாளராக நியமிக்கப்பட்டார். விரைவாகப் பணியாற்றி னார். 1945ஆம் ஆண்டில் தென்கிழக்கு ஆசியாவில் போர்க் கைதிகளை திருப்பி அனுப்புவதில் அவர் உதவினார். 1943லட சிபிஇயாக நியமிக்கப்பட்டார். 1946ல் ராயல் விக்டோரியன் ஆர்டரின் டேம் கமாண்டர் ஆனார். அவர் அமெரிக்க செஞ்சிலுவைச் சங்கப் பதக்கத்தையும் பெற்றார்.

எட்வினா மவுண்ட் பேட்டன் இந்தியாவின் கடைசி வைஸ்ரீன் ஆவார்.

28 அக்டோபர் 1947 முதல் எட்வினா மவுண்ட் பேட்டன் பர்மாவின் கவுண்டஸ் மவுண்ட் பேட்டன் என்று அழைக்கப்பட்டார்.

ஜம்மு மற்றும் காஷ்மீர் மற்றும் ஹைதராபாத் மாநிலத்தின் மீது கட்டுப்பாட்டைப் பெறுவதற்காக நேரு நிர்வாகத்தின் இராணுவ நடவடிக்கைகளை எட்வினா பகிரங்கமாக ஆதரித்தார்.

இந்தியாவில் அவரது துணை பதவிக்குப் பிறகு அவரது பொது சேவையில் செயின்ட் ஜான் ஆம்புலன்ஸ் பிரிகேட் சேவையும் அடங்கும்.

செயின்ட் ஜான் ஆம்புலன்ஸ் படை பணிக்கான ஆய்வுச் சுற்றுப் பயணத்தின்போது லேடி மவுண்ட் பேட்டன் தனது 58வது வயதில் 21 பிப்ரவரி 1960 அன்று ஜெ செப்டனில் வடக்கு போர்னியோவில் இறந்தார்.

❐

9. ஒரு பேரரசின் முடிவின் ரகசிய வரலாறு

'இந்திய சம்மர் : தி சீக்ரெட் ஹிஸ்டரி ஆஃப் தி எண்ட் அன் எம்பயர்' என்பது பிரிட்டிஷ் வரலாற்றாசிரியர் அலெக்ஸ் வான்துன்செல் மேன் எழுதிய வரலாற்று புத்தகம்.

இந்தப் புத்தகம் இந்தியாவில் பிரிட்டிஷ் காலனித்துவ ஆட்சியின் முடிவையும், துணைக் கண்டத்தின் பிரிவினையின் விளைவுகளையும் விவரிக்கிறது.

இந்தப் புத்தகம் 'காதல், வரலாறு, மதம் மற்றும் அரசியல் சூழ்ச்சியின் ஒரு சாதாரண கதை' என்று விளம்பரப்படுத்தப்பட்டது.

இந்த நூலுக்கான மதிப்புரையில் பென்மக்கின்டைர் என்பவர் தனது நியூயார்க் டைம்ஸ் இதழில் எழுதுகிறார்.

அலெக்ஸ் வான்துன்செல்மேன் அரச பாசாங்கு செய்வதில் சிறந்த நேரத்தைக் கொண்டுள்ளார்.

இது ஹக்கிராண்ட் மற்றும் கேட் பிளான்செட் மவுண்ட் பேட்டன்னாக நடிப்பதாக வதந்தி பரவிய ஜோரைட்டின் படமாக மாற்றப்பட்டது.

எவ்வாறாயினும் பட்ஜெட் கவலைகள் மற்றும் இந்திய அரசாங்கத்தின் எதிர்ப்பிற்குப் பிறகு படத்தின் தயாரிப்பு நிறுத்தி வைக்கப்பட்டதாக பின்னர் தெரிவிக்கப்பட்டது.

ஜவஹர்லால் நேருவுக்கும், இந்தியாவின் கடைசி வைஸ்ராய் மவுண்ட் பேட்டனின் மனைவி எட்வினாவுக்கும் இடையேயான விவகாரம் குறித்து கவலை தெரிவிக்கப்பட்டது.

◻

10. இந்தியாவில் பமீலாவின் 18 மாத அனுபவ அலைகள்

மவுண்ட் பேட்டன் குடும்பத்தின் மனதில் இந்தியா முதலிடம் வகிக்கிறது. பமீலா மவுண்ட் பேட்டன் தனது தந்தை காலனித்துவ அடிமைத்தனத்திலிருந்து விடுவித்ததாகக் கூறிய நாட்டின் பெயரை (இந்தியா) தனது மகளுக்கு சூட்டுவதன் மூலம் அதனை உறுதிப் படுத்தியுள்ளார். ஆம் பமீலா மவுண்ட் பேட்டனின் மூன்று பிள்ளை களில் ஒருவர் பெயர் இந்தியா ஹிக்ஸ்.

லார்டு லூயிஸ் டிக்கி மவுண்ட் பேட்டன் பிரபு கடைசி பிரிட்டிஷ் வைஸ்ராய் மற்றும் சுதந்திர இந்தியாவின் முதல் கவர்னர் ஜெனர லாக இருந்தார். அவரும், அவரது மனைவி எட்வினாவும், பண்டிட் ஜவஹர்லால் நேரு மற்றும் இந்திய அமைச்சரவையின் மற்ற முன்னணி உறுப்பினர்களின் நெருங்கிய நண்பர்களாக இருந்தனர்.

அவர்களது இளைய மகள் பமீலா இந்தியாவில் 18 மாதங்களை செலவிட்டார். சுதந்திரத்திற்கு முன்னும் அதற்கு பின்பும் நடந்த நிகழ்வுகளைப் பற்றிய ஒரு காட்சியை நினைவு கூர்ந்தார்.

மகாத்மா காந்தி, ஜவஹர்லால் நேரு, வல்லபாய் படேல், சி.ராஜகோபாலாச்சாரி மற்றும் பலர் உட்பட சுதந்திர இந்தியாவின் ஸ்தாபக தந்தைகள் பலரை சந்தித்து உரையாடிய அனுபவமும் அவருக்கு இருந்தது.

போருக்கு பின் இங்கிலாந்துக்கு திரும்பியபோது பமீலா பிரபல பிரிட்டிஷ் வடிவமைப்பாளரான டேவிட் ஹிக்ஸை சந்தித்து திருமணம் செய்து கொண்டார். அவருடன் அவருக்கு மூன்று குழந்தைகள் இருந்தனர்.

இந்தியா ஹிக்ஸ் அந்த மூன்று குழந்தைகளில் ஒருவர். அவளுக்கும் அவள் பெயர் சூட்டப்பட்ட நாட்டின் மீது ஒரு சாப்ட் கார்னர் உள்ளது.

உண்மையில் சமீபத்தில் வெளியிடப்பட்ட இந்தியா ரிமெம்பர்டு என்ற புத்தகத்தில் அவரது சில எண்ணங்களையும், நினைவுகளையும் பதியுமாறு தனது தாயை ஊக்குவித்தார்.

பமீலாவின் தனிப்பட்ட ஆய்வில் பதிவு செய்யப்பட்ட கருப்பு மற்றும் வெள்ளை புகைப்படங்களின் அடுக்குகள், இணைப்பை உயிருடன் வைத்திருக்க உதவுகின்றன.

மிகவும் பொக்கிஷமான ஒரு படம் நேரு கருப்பு ஷார்ட்ஸில் தலையில் நின்று யோகா பயிற்சி செய்வதை சித்தரிக்கிறது.

தனது அமைச்சரவை மாற்றங்களை திட்டமிட விரும்புவதாக நேரு தன்னிடம் கூறியதை நினைவு கூர்ந்தார் பமீலா.

ஜவஹர்லால் நேருவின் தைரியம் மற்றும் சாதுரியத்தின்மீது அவர் வைத்திருந்த அபிமானமும் பமீலாவைக் கவர்ந்தது.

எல்லாவற்றுக்கும் மேலாக நாடு எதிர் கொண்ட மிகக் கடினமான பிரச்சனைகளை எளிமையாகவும் புரிந்து கொள்ளக் கூடியதாகவும் விளக்கும் அவரது திறனை பமீலா நினைவுகூர்ந்தார்.

பமீலா சில மாதங்களுக்கு மாமு என்று நேருவை அழைத்து வந்தார். ஆனால் பின்னர் யாவரும் பொதுவாகப் பயன்படுத்தும் பண்டிட் ஜி என்ற பட்டப்பெயரை அழைத்தார்.

ஆனால் அவளது தாயார் எட்வினா முதல் நாளிலிருந்தே ஜவஹர் என்று அழைத்தார். நேரு அவளை எட்வினா என்றழைத் தார்.

ஆக்ஸ்போர்ட்ஷையரின் மையத்தில் உள்ள பமீலாவின் கம்பீரமான வீட்டில் நேருவுக்கும், அவளது தாயாருக்கும் இடையிலான உறவை வெளிப்படையாக அவள் கூறினார்.

எண்பது வயதுக்கு மேல் இருக்கும் பமீலா மிகுந்த நினைவாற்ற லுடன் தெளிவாகப் பேசினார்.

அவர்கள் இருவரும் காதலிக்கிறார்கள் என்று சொல்வதற்கு பமீலா அதிக நேரம் எடுத்துக் கொள்ளவில்லை.

வெளிப்படையாக அன்பாக இருந்த அவர்களுக்கு இடையிலான ஆழ்ந்த உணர்ச்சியாலும், ஒரு பெரிய உடலுறவு இல்லாமலேயே நீங்கள் காதலைப் பெற முடியும் என்பதை மக்கள் புரிந்து கொள்வது மிகவும் கடினம்.

அவர்கள் இருவரும் தனிமையில் இருந்தவர்கள் என்று நான் உறுதி யாக நம்புகிறேன். அவருடைய மனைவி இறந்து விட்டார். அவரது சகோதரி வெளிநாட்டில் பணியமர்த்தப்பட்டார். அவருடைய மகள் கணவரைப் பார்த்துக் கொண்டிருந்தாள் அல்லது பெண்கள் இயக்கத்திலிருந்து விலகி இருந்தாள். அவர் தனியாக இருந்தார் என்றே நான் நினைக்கிறேன். என் அம்மா மிகவும் உள் முகமான பாத்திரம். அவர்கள் இருவரும் ஒருவருக்கொருவர் தொடர்பு கொண்டிருந்தனர்.

உண்மையில் யாரோ இதை ஒரு சுருக்கமான சந்திப்பு என்று எனக்கு விவரித்தார்கள். நாங்கள் இந்தியாவை விட்டு வெளியேறினோம். அவர்கள் ஒருவரையொருவர் வருடத்ததிற்கு ஒரு முறை பார்த் தார்கள். ஒரு வேளை வருடத்திற்கு இரண்டு முறை. ஆனால் உறவு தீவிரமாக இருந்தது.

சுதந்திரத்திற்குப் பிறகு தாயும், மகளும் இந்தியாவுக்கு வழக்கமான பார்வையாளர்களாக இருந்தனர்.

புதுடெல்லி தீன்மூர்த்தியில் உள்ள பிரதமரின் வீட்டில் அரசு விருந்தினராக தங்கியிருந்த அவர்கள் சில சமயங்களில் அவருடன் சுற்றுலா சென்றுள்ளனர்.

நேரு இங்கிலாந்து சென்றிருந்தபோது ஹாம்ப்ஷயரில் உள்ள பிராட்லேண்ட்ஸ் என்ற மவுண்ட் பேட்டன் குடும்பத் தோட்டத்தில் வரவேற்பு விருந்தினராக இருந்தார்.

'என் தாயின் வாழ்நாளில் அல்ல, ஆனால் அவர் இறந்த பிறகு என் தந்தை பண்டிட்ஜிக்கும், என் அம்மாவுக்கும் இடையே கடிதப் பரிமாற்றம் செய்யச் சொன்னார்' என்று பமீலா கூறுகிறார்.

"உண்மையில் அவர் (எனது தந்தை) அவர்களின் கடிதங்களைப் படிக்கச் சொன்னார். வெளிப்படையாக அதைப் பற்றி சிறிய கவலை இருந்தது. ஆனால் எப்போதும் குறைவாக இருந்தது.

நான் அவற்றைப் படித்தபோது என்னால் அவருக்கு உறுதியளிக்க முடிந்தது. இருவருக்கும் ஒவ்வொரு தேவை. மற்றொன்று, ஆனால் அவர் வெட்கப்பட வேண்டிய ஒன்றும் இல்லை.

அவர் (நேரு) ஒரு மரியாதைக்குரிய மனிதர். என் தந்தை வீட்டில் என் அம்மாவை மயக்கி இருந்தால் மானம் கெட்டதாக இருக்கும் என்று நான் நினைக்கிறேன்.

அப்பா அருகில் இல்லாதிருந்தால், என் அப்பா பொறாமை கொண்டவர் என்று நான் நினைக்கிறேன். அப்படி நடந்திருந்தால் அவருக்கு சங்கடமாக இருந்திருக்கும்.

பமீலா கூறுகையில் இந்தியா ஒரு நாள் பெரிய சக்தியாக உருவெடுக்கும் என்பதில் எனக்கு எந்த சந்தேகமும் இல்லை. அவர் தனது நம்பிக்கையை 'உங்கள் தலைமையின் தரம்' என்று கூறுகிறார். இந்தியாவின் திறன் மிகவும் வெளிப்படையாக இருந்தது.

மற்றும் அந்த நேரத்தில் இந்தியத் தலைவர்களின் திறமை சுவாரஸ்ய மாக இருந்தது."

பமீலாவும் தனது இந்திய நண்பர்கள் மற்றும் தொடர்புகளுடன் தொடர்பு கொள்ள மிகவும் ஆர்வம் கொண்டிருந்தார்.

பமீலா மற்றும் அவரது தாயார் இருவரும் பாகிஸ்தானின் நிறுவனர் முகமது அலி ஜின்னாவுக்கு கடுமையான வார்த்தைகளைக் கூறினர்.

எட்வினா மவுண்ட் பேட்டன், ஜின்னாவை ஒரு மெகாலோமேனியாக் என்று சித்தரித்தார். தனது பங்கிற்கு பமீலா அவரை பனிக்கட்டி மற்றும் கடுமையான மனிதர், மிகவும் கடுமையான மனிதர் என்று நினைவு கூர்ந்தார்.

அவரை விரும்புவது அல்லது பாசம் வைத்திருப்பது சாத்தியமில்லை. "உங்களால் அந்த உருவத்தை ரசிக்க முடியும். மிகவும் மாசற்ற முறையில் மேற்கத்திய உடை அணிந்திருந்தார். ஆனால் அவ்வளவு தான். அழகாகத் தோற்றமளிக்கும் மனிதர் மாறாக பருந்து முகம், ஆனால் நேர்த்தியற்ற தோற்றம் கொண்ட மனிதர். ஆனால் அவரைச் சுற்றி உறையும் தடை இருந்தது.

இந்த உறைபனி அல்லது பனிக்கட்டி தடை அவரது தந்தை, பிரிக்கப்படாத இந்தியாவின் கடைசி பிரிட்டிஷ் வைஸ்ராய் லார்டு லூயிஸ் மவுண்ட் பேட்டன் வரை நீட்டிக்கப்பட்டது. எல்லா தலைவர்களுக்கும் என் தந்தை அறிவுரை வழங்க முயன்றார்" என்கிறார் பமீலா.

ஜின்னாவுடன் அவர் (மவுண்ட் பேட்டன்) இந்த முழுமையான தடை இருப்பதாக உணர்ந்தார். என் தந்தை உதவி வழங்கினால் அது மறுக்கப்பட்டது. திரு.ஜின்னா, காய்த்-இ-ஆசாம் அவர் என்ன செய்யப் போகிறார் என்பது அவருக்கு தெரியும். அவர் ஒரு மதத் தலைவர், பாகிஸ்தான் தலைவர். அதற்காக அவர் தனது உயிரைக் கொடுத்தார்.

◼

11. நேரு – எட்வினா காதலைக் கூறும் பார்ட்டிஷன் திரைப்படம்

ஜவஹர்லால் நேருவும், லேடி மவுண்ட் பேட்டனும் ஒருவர் மீது ஒருவர் கொண்டிருந்த ஆழமான அன்பை 1947 பார்ட்டிஷன் திரைப்படம் காட்டுவதாக அப்படத்தின் தயாரிப்பாளர் குரிந்தர் சதா கூறுகிறார்.

இவரது சமீபத்திய திரைப்படமான பார்டிஷன் 1947 இந்தியப் பிரிவினையின் கதையைச் சொல்கிறது. சுதந்திர இந்தியாவின் முதல் பிரதமர் ஜவஹர்லால் நேரு மற்றும் எட்வினா மவுண்ட் பேட்டன் ஆகியோருக்கு இடையேயான தனிப்பட்ட சமன்பாட்டைக் காட்டும் சில காட்சிகள் மட்டுமே படத்தில் உள்ளன என்று கூறுகிறார்.

மும்பையில் நடைபெற்ற இப்படத்தின் இசை வெளியீட்டு விழாவில் கலந்து கொண்ட படத் தயாரிப்பாளர் ஊடகங்களிடம் கூறுகையில், நேருஜி, லேடி மவுண்ட் பேட்டனும் ஒருவரையொருவர் மிகவும் நேசித்ததாக நான் நம்புகிறேன். அதனால் அதைக் காட்ட விரும்பி னேன் படத்தில்.

ஆனால், நான் அவர்களின் உறவில் மேலும் செல்ல விரும்ப வில்லை. ஏனெனில், அது கதையின் மையத்தை எடுத்துவிடும். படத்தின் கதை சாதாரண மக்கள், அவர்கள் எப்படி பாதிக்கப் பட்டார்கள் என்பது பற்றியது என்று சதா கூறினார்.

இப்படம் வைஸ்ராய்ஸ் ஹவுஸ் என்ற பெயரில் சர்வதேச அளவில் வெளியிடப்பட்டது. பார்டிஷன் 1947 திரைப்படம் ஹுமாகுரேஷி, மணிஷ் தயாள், ஓம்பூரி, ஹக்போன்வில்லே மற்றும் கில்லியன் ஆண்டர்சன் ஆகியோர் நடித்துள்ளனர்.

இப்படத்திற்கு இசையமைத்துள்ள ஏ.ஆர்.ரஹ்மான், பாடகர்கள் ஹரிஹரன் மற்றும் ஹன்ஸ்ராஜ் ஹன்ஸ் ஆகியோர் இசை வெளி யீட்டு விழாவவில் கலந்து கொண்டனர்.

பிரபல பாடலான தாமா டாம் மஸ்த் கலந்தர் திரைப்படத்திற்காக மீண்டும் உருவாக்கப்பட்டுள்ளது. இதுவரை வெளியிடப்பட்டுள்ள மூன்று பாடல்களும் வலுவவான இந்திய நெறிமுறைகளுடன் சர்வதேச ஒலியைக் கொண்டுள்ளன.

அவருக்குப் பிடித்த பாடலைப் பற்றி கேட்டதற்கு, ரஹ்மான், பார்ட்டிஷனில் ஸ்கோர் எனக்குப் பிடித்திருந்தது. அதுதான் படத்திற்கான முதல் இசையமைப்பு. நான் அதை பியானோவில் வாசித்தேன். இசையமைப்பிலிருந்து வந்த தூய்மை உணர்வு இருப்ப தாக நான் நினைக்கிறேன். நான் அதாவது அந்தக் கலவையின் மூலம் உணர்ச்சியின் தூய்மையைக் கொண்டு வர முயற்சித்தோம்.

குரிந்தர் சதா இயக்கியுள்ள ஹாலிவுட் படமான வைஸ்ராய்ஸ் ஹவுஸில் ஹ்யூபோன்வில் மவுண்ட் பேட்டன் பிரபுவாக நடித் துள்ளார்.

இந்நிலையில் அப்படம் குறித்து மவுண்ட் பேட்டன் பிரபுவின் இளைய மகள் லேடி பமிலா ஹிக்ஸ் கூறுகையில், வைஸ்ராய்'ஸ் ஹவுஸ் படத்தில் மவுண்ட் பேட்டனாக நடித்துள்ள ஹ்யூபோன்வில் பார்க்க என் தந்தையைப் போன்ற இல்லை. இருப்பினும் அழகாக நடித்துள்ளார்.

டெல்லியில் நாங்கள் இருந்த வைஸ்ராய் வீட்டில் 340 அறைகள் இருந்தது. பூ அலங்காரத்தைப் பார்த்துக் கொள்ள 25 தோட்டக் காரர்கள் இருந்தனர்.

வைஸ்ராய்'ஸ் ஹவுஸ் படத்தில் ஜுலியன் ஆண்டர்சன் என் தாய் எட்வினா கதாபாத்திரத்தில் அற்புதமாக நடித்துள்ளார். என் தாய் போன்றே நடக்க முயற்சித்துள்ளார்.

நேரு தனது நண்பர் வீட்டில் அவரின் மனைவியுடன் உறவு வைத்துக் கொள்ள மாட்டார். அவர் மிகவும் நேர்மையான மனிதர். நேரு எட்வினாவைப் பார்த்து, என் தந்தை பொறாமைப் படவில்லை. அந்த உறவால் என் தாய் மிகவும் மகிழ்ச்சியாக இருந்தது என் தந்தைக்குத் தெரிந்தது என்கிறார் பமீலா.

என் தாய் எட்வினாவும், முன்னாள் இந்திய பிரதமர் நேருவும் உயிருக்கு உயிராய் காதலித்தனர். ஆனால், அவர்களுக்கு இடையே செக்ஸ் இல்லை.

நேருவும், எட்வினாவும் காதலித்த போதிலும் அவர்கள் எப்பொழுதுமே தனியாக இல்லை. அவர்களைச் சுற்றி பாதுகாவலர்கள் உள்பட யாராவது இருந்து கொண்டே இருந்தனர் என்கிறார் பமீலா.

◻

12. நேரு முன்மொழிந்த கவர்னர் ஜெனரல்

சுதந்திர இந்தியாவுக்கு அளிக்கப்படவிருக்கும் மிகவும் பெருமை வாய்ந்த கவர்னர் ஜெனரல் பதவியை முதலில் வகிப்பவராக மவுண்ட் பேட்டன் இருக்க வேண்டும் என்ற கோரிக்கை பண்டித ஜவஹர்லால் நேரு முன் வைத்தார்.

நேருவின் இந்த யோசனைக்கான கரு அவரது எதிராளியான ஜின்னாவிடமிருந்து வந்தது.

துணைக் கண்டத்தின் சொத்துக்களில் நியாயமான பங்கு பாகிஸ்தானுக்கு கிடைக்கும் என்பதை உறுதி செய்து கொண்ட ஜின்னா பிரிவினை முற்றுப் பெறும்வரை ஆகஸ்டு 15க்குப் பின்னும் மவுண்ட் பேட்டன் இங்கே தங்கியிருந்து, ஒரு வகையில் உயர்நிலை மத்தியஸ்தராக செயல்பட வேண்டும் என்று யோசனையைத் தெரிவித்திருந்தார்.

தனக்கு ஒரு உயர்ந்த கௌரவம் பட்டாலும் அதனை ஏற்றுக் கொள்வதில் மவுண்ட் பேட்டனுக்கு பெரும் தயக்கம் இருந்தது. அவரது மனைவி எட்வினா மவுண்ட் பேட்டனுக்கும் அதே தயக்கம்

இருந்தது. மிகப்பெரிய சாதனைகள் செய்ததற்கான புகழ் ஒளியுடன் இந்தியாவை விட்டுச் சென்று விடலாம் என்றே இருவரும் கருதினர்.

ஏனெனில், இந்தியாவில் விரைவில் துன்பங்கள் சூழவிருக் கின்றன என்ற உண்மை உறுத்தலாக இருந்தது. ஆனால், முகமது அலி ஜின்னாவைப் பொறுத்தமட்டில் தாம் அரும்பாடுபட்டு பெற்ற நாட்டின் பகட்டும், ஆடம்பரமும் மிக்க உயர் பதவியான கவர்னர் ஜெனரல் பதவியை ஏற்க எந்தத் தயக்கமும் இல்லை என்பதில் உறுதி தெரிந்தது. தாமே பாகிஸ்தானின் முதல் கவர்னர் ஜெனரலாக இருக்கப் போவதாக அவர் மவுண்ட் பேட்டனிடம் கூறினார்.

ஆனால், தவறான வேலையைத் தேர்ந்தெடுப்பதாக இதற்கு மவுண்ட் பேட்டன் எதிர்ப்பு தெரிவித்தார். இரண்டு டொமினியன் களில் செயல்படுத்தப் போகிற பிரிட்டிஷ் அரசியலமைப்பு நடைமுறைகளின்படி பிரதம மந்திரிதான் அனைத்து அதிகாரமும் கொண்டவர்.

கவர்னர் ஜெனரல் பதவி என்பது உண்மையான அதிகாரம் ஏதும் இல்லாத பிரிட்டிஷ் மன்னரைப் போன்ற ஒரு அடையாள பூர்வ பதவிதான் என்றார்.

ஆனால், மவுண்ட் பேட்டனின் வாதம் ஜின்னாவை அசைத்துவிட வில்லை. பாகிஸ்தானில் நான்தான் கவர்னர் ஜெனரலாக இருப் பேன். நான் சொல்வதைத்தான் பிரதம மந்திரி செய்யவேண்டும் என ஜின்னா அலட்டிக் கொள்ளாமல் பதிலளித்தார்.

நேருவின் கோரிக்கையால் இங்கிலாந்துக்கு மாபெரும் கௌரவம் கிடைத்திருப்பதை உணர்ந்த அட்லியும், சர்ச்சிலும் மவுண்ட் பேட்டனின் மைத்துனரான அரசரும் இந்த கோரிக்கையை ஏற்றுக் கொள்ளுமாறு மவுண்ட் பேட்டனை வற்புறுத்தினார்கள்.

அந்தப் பதவியை ஏற்பதற்கு முன் காந்தி என்ற மகாத்மாவின் ஆசி கண்டிப்பாக மவுணட் பேட்டனுக்கு தேவைப்பட்டது.

பல விசயங்களில் கருத்து வேறுபாடுகள் இருந்தாலும் காந்திக்கும், அவரைவிட முப்பது வயது குறைவான மவுண்ட் பேட்டனுக்கும் இடையே உண்மையான நட்பு வளர்ந்து கொண்டிருந்தது.

மவுண்ட்பேட்டன் காந்தியில் கவரப்பட்டிருந்தார். குழந்தைத் தனமான காந்தியின் நகைச்சுவையை அவர் நேசித்தார். அவர்களின் ஒவ்வொரு சந்திப்பிலும் காந்தியுடன் அவரின் தனிப்பட்ட நட்பு வளர்ந்து கொண்டிருந்தது உண்மை.

இயல்பாகவே அன்பு நிறைந்த காந்தி மவுண்ட் பேட்டனின் அன்பை உணர்ந்து அதனை அங்கீகரிக்கவும் செய்தார்.

பிரிட்டிஷாரின் சிறைகளில் பல ஆண்டுகளைக் கழித்த அந்த மனிதர் ஜூலை மாதத்தில் ஒருநாள் மாலை வைஸ்ராயின் கூட்ட அறைக்குள் சென்றார்.

இந்தியாவின் முதல் கவர்னர் ஜெனரலாக வரவேண்டும் என்ற காங்கிரசின் அழைப்பை ஏற்றுக்கொள்ளுமாறு மவுண்ட் பேட்டனை காந்தி கேட்டுக் கொண்டார். இந்தப் பதவியை மவுண்ட் பேட்டனின் நாட்டினரிடமிருந்து கைப்பற்றுவதற்கு 35 ஆண்டுகள் பிடித்தன.

காந்தியின் அந்த வார்த்தைகள் மவுண்ட் பேட்டனுக்கும் அதே அளவு சமமாக பிரிட்டிஷாருக்கும் கிடைத்த தனிப்பெரும் புகழாகும். மிகப்பெரிய நாற்காலியில் குறுகி அமர்ந்திருக்கும் காந்தியைப் பார்த்த மவுண்ட் பேட்டன் உணர்ச்சி வசப்பட்டார்.

நாம் அவரை சிறையில் அடைத்திருக்கிறோம். புண்படுத்தியிருக்கி றோம். அவமதித்திருக்கிறோம். புறக்கணித்திருக்கிறோம். ஆனால், அவர் இதனைச் செய்யும் பெருந்தன்மை உணர்வு இன்னமும் அவரிடத்தில் இருக்கிறதே என்று மவுண்ட் பேட்டன் எண்ணினார்.

கண்களில் நீர் மூட்ட காந்தி அளித்த ஊக்கத்திற்கு மவுண்ட் பேட்டன் நன்றி தெரிவித்தார். மவுண்ட் பேட்டனின் நன்றியை ஏற்றுக் கொண்ட காந்தி தனது மெலிந்த கைகளை நீட்டி, பரந்து விரிந்த வைஸ்ராயின் மாளிகையையும், அதன் மிகப்பெரும் மொகல் தோட்டத்தையும் சுட்டிக் காட்டினார்.

ராஜ செல்வாக்குமிக்க அந்த இடத்தின் ஒவ்வோர் அங்குலத்தையும் நேசித்த, அதன் ஆடம்பரத்தையும், பகட்டையும், கவர்ச்சியையும் அனுபவித்த, சமையல் கூடங்களாலும் வேலையாட்களாலும்

மகிழ்ச்சி அடைந்த அதன் செல்வ வளங்கள் ஒவ்வொன்றையும் ருசித்து மகிழ்ந்த வைஸ்ராய் மவுண்ட் பேட்டனிடம் காந்தி கூறினார்.

இவையெல்லாம் சுதந்திர இந்தியாவில் போய்விடும். செருக்கு மிகுந்த இதன் வளங்களும், கடந்த காலத் தொடர்புகளும் வறுமையில் உழலும் இந்திய மக்களுக்குப் பெரிய அவமதிப்பாகும்.

இந்தியாவின் புதிய தலைவர்கள் உதாரணங்களை உருவாக்க வேண்டும். அவர்களது நாட்டின் முதல் தலைவராக இருக்கப் போகிறார் என்று அவர் நம்பிக்கை வைத்துள்ள மவுண்ட் பேட்டன் இதற்கு தலைமை தாங்க வேண்டும். வைஸ்ராய் மாளிகையிலிருந்து வெளியேறி வேலையாட்கள் இன்றி, எளிய வீட்டில் வாழ வேண்டும் என்று காந்தி வலியுறுத்தினார்.

காந்தி பேசப்பேச மவுண்ட்பேட்டனின் முகம் இறுக்கமானது. கோணலான புன்னகையொன்று முகத்தில் வந்து மறைந்தது.

சூழ்ச்சித் திறனுள்ள காந்தி, எனது கழிவறையை நானே சுத்தம் செய்ய வேண்டும் என்ற சொல்கிறார் என்பதைத் தவிர வேறென்ன இது என்று அவர் எண்ணினார்.

மிகப்பெரிய தீய அறிகுறியாக கருதும் அந்தப் பொறுப்பை தம் மீது சுமத்த இங்கிலாந்து பிரதமர் அட்லியும், மன்னரும், நேருவும், ஜின்னாவும் முயற்சித்தார்கள்.

இப்போது மகிழ்ச்சி நிரம்பியவரும் சூது வாதுள்ளவருமான இந்த முதியவர் காந்தி தன்னை சுதந்திர இந்தியாவின் முதல் சோஷலிஸ்டாக்க முயற்சி செய்கிறார். ஒரு பாழடைந்த பங்களாவிலிருந்து ஆட்சி செய்யவும், ஒவ்வொரு நாள் காலையிலும் அதனைத் தானே பெருக்குமாறும் செய்துவிட முடிவு செய்திருக்கிறார் இந்த மனிதர் என்று மவுண்ட் பேட்டன் மனதுக்குள் பொசுங்கினார்.

◼

13. லேடி பமீலா மவுண்ட் பேட்டனின் நேர்காணல்

கரண் தாப்பர் : உங்கள் (புத்தகத்திற்கான) முன்னுரையில் நீங்கள் எழுதுகிறீர்கள். ''நாங்கள் இந்தியாவில் கழித்த பதினைந்து மாதங்களின் முடிவில் அம்மாவுக்கும், பண்டிட்ஜிக்கும் இடை யிலான உடனடி ஈர்ப்பு அன்பாக மலர்ந்தது.'' காதல் என்றால் என்ன?

லேடி பமீலா : நான் சொல்வது மிகவும் ஆழமான காதல். பழைய மாவீரர்களுக்கு இருந்த காதல், உண்மையில் ஒரு வீரம் நிறைந்த காதல்... இப்போதெல்லாம் அது சரீர அன்பாக இருக்க வேண்டும் என்று எல்லோரும் கருதுகிறார்கள், ஆனால் நீங்கள் ஒரு விதத்தில் ஆன்மாவைப் போன்ற இருவருடன் உணர்ச்சிபூர்வமான அன்பைப் பெறலாம். ஒருவரையொருவர் புரிந்து கொள்வதற்கும், ஒருவரை யொருவர் கேட்டுக் கொள்வதற்கும், ஒருவரையொருவர் பூர்த்தி செய்வதற்கும், ஒருவருக்கொருவர் ஆறுதல் பெறுவதற்கும் உண்மையில் வளரும்.

கரண் தாப்பர் : உங்கள் புத்தகத்தில் நீங்கள் எழுதுகிறீர்கள்: ''என் அம்மாவுக்கு ஏற்கனவே காதலர்கள் இருந்தனர், என் அப்பா அதைக் கவர்ந்தார்'' ஆனால் பின்னர் நேருவுடனான உறவு சீரற்றதாக

இருந்தது. அதை நீங்கள் உண்மையிலேயே உறுதியாக சொல்ல முடியுமா?

லேடி பமீலா : பெரும்பாலான நேரங்களில் அவர்களுடன் இருந்தேன். அதை நெல்லிக்காய் என்றோம். நான் முழு நேரமும் சுற்றிக் கொண்டிருந்தால், அது அவர்களுக்கு மிகவும் அருவருப்பாக இருந்தது. நான் ஆம் என்று சொல்வேன், எப்படியும் நேரு என் தந்தையை மிகவும் மதிக்கும் மனிதர். இருவருக்கும் இடையே மிகுந்த பாசம் ஏற்பட்டது. இங்கிலாந்திலோ அல்லது இந்தியாவிலோ என் தந்தையின் வீடுகளில் அவர்கள் ஒன்றாக இருப்பது எப்போதுமே, அவர் தனது நண்பர்களை ஒருபோதும் அவமதிக்க மாட்டார் என்று நான் நினைக்கிறேன், உங்களுக்குத் தெரியும்.

கரண் தாப்பர் : ஆனால் அந்த நேரத்தில் உங்களுக்குத் தெரியும், அதன்பிறகு கூட, நட்பு இன்னும் அதிகமாக சென்றது என்று மக்கள் அதைப் பற்றி ஊகித்துள்ளனர். இந்த ஊகம் உங்கள் தந்தையை காயப்படுத்தியதா? வைஸ்ராய் கேலி செய்யப்படுவதைப் பற்றி மக்கள் கேலி செய்வது அவருக்குத் தெரிந்திருக்க வேண்டும் என்பதை அவர் எப்போதாவது எதிர்த்தாரா?

லேடி பமீலா : அவருக்கு என்ன நம்பிக்கை இருந்தது, அதில் அவர் எப்படி சரியாக இருந்தார் என்பதை இது காட்டுகிறது என்று நினைக்கிறேன். என் அம்மா போர்னியோவில் இறந்தார், குழந்தைகள் நிதி மற்றும் செயின்ட் ஜான் ஆம்புலன்ஸ் பிரிகேட் ஆகியவற்றில் பணி புரிந்தார், அவர் தனது வேலையின் நடுவில் திடீரென இறந்தார். அவளது படுக்கை மேசையில் பண்டிட் ஜியின் கடிதங்கள் அடங்கிய பொட்டலம் இருந்தது. அவளுடைய உயிலில் அவள் கடிதங்களின் முழுத் தொகுப்பையும் என் தந்தைக்கு விட்டுச் சென்றதைக் கண்டோம், அவை மிகப்பெரிய எண்ணிக்கையில் இருந்தன - இந்தக் கடிதங்கள் நிறைந்த சூட்கேஸ்கள் இருந்தன. அவற்றைப் படிக்கச் சொன்னார். அவர் தொண்ணூற்று ஒன்பது சதவீதம் உறுதியாக இருப்பதாக அவர் கூறினார், அவரை காயப்படுத்தவோ அல்லது கவலைப்படவோ அல்லது அவரை எந்த வகையிலும் குறைக்கவோ இல்லை. ஆனால் அந்த ஒரு சதவீத சந்தேகம் மட்டும் அவன்

உள்ளத்தில் படபடக்க, 'அன்பே நீ முதலில் அவற்றைப் படிப்பாயா?' எனவே நான் அவற்றைப் படித்தேன், அவை அற்புதமான கடிதங்கள் என் தந்தையை வருத்தப்படுத்தாத எதுவும் இல்லை.

கரண் தாப்பர் : நீங்கள் சிறிதும் பயந்தீர்களா? ஒரு மகளாக நீங்கள் நினைத்தீர்களா, ஒருவேளை, ஒரு வாக்கியம், ஒரு தவறான சொற் றொடரை விளையாட்டைக் கொடுக்கலாம் என்று நினைத்தீர்களா?

லேடி பமீலா : இல்லை, நான் செய்யவில்லை. ஏனென்றால் மற்றவர்கள் செய்த பாலியல் முக்கியத்துவத்தை முழு விவகாரத்திற்கும் நான் உண்மையில் இணைக்கவில்லை. என்னைப் பொறுத்தவரை அவர்கள் வரலாற்றில் கணிசமான இடத்தைப் பிடித்த இரண்டு அற்புதமான மனிதர்கள். அவர்கள் என்ன செய்தார்கள், அது அவர் களைப் பற்றிய முக்கியமான விஷயம் என்று நான் நினைத்தேன். நான் அவர்கள் இருவரையும் மிகவும் நேசித்தேன், அவர்கள் ஒன்றாக படுக்கையில் துள்ளிக் கொண்டிருந்தால் நான் குறிப்பாக ஆர்வம் காட்டவில்லை. அவர்கள் இல்லை என்று நான் உறுதியாக இருந்தேன்.

கரண் தாப்பர் : உங்கள் புத்தகத்தில் நீங்கள் மேற்கோள் காட்டிய ஒரு கடிதத்தில், அவர் (மவுண்ட்பேட்டன் பிரபு) உங்கள் சகோதரி பாட்ரிசியாவுக்கு எழுதினார். 'அவள்' அதாவது எட்வினா, 'மற்றும் ஜவஹர்லாலும் ஒன்றாக மிகவும் இனிமையானவர்கள், அவர்கள் உண்மையில் ஒருவரையொருவர் விரும்புகின்றனர். பம்மியும் நானும் தந்திரமாகவும் உதவியாகவும் இருக்க எங்களால் முடிந்த அனைத்தையும் செய்கிறோம். அவர் தோன்றுவது போல் சாதுரிய மாக இருப்பது எளிதாக இருந்ததா? இது மிகவும் எளிதாக இருந்திருக்க முடியாது?

லேடி பமீலா : ஆம், மிகவும் எளிதானது. நாங்கள் அறையை விட்டு வெளியே செல்ல வேண்டியிருந்தது!

கரண் தாப்பர் : அதனால் 'நான் அவர்களைத் தனியாக விட்டுவிட வேண்டும்' என்று அவர் உணர்ந்த தருணங்கள் இருந்ததா?

லேடி பமீலா : ஆம், ஆனால் அவர்கள் இருவரும் முழுமையாக

உடையணிந்து படிப்பில் சோபாவில் அமர்ந்திருந்தோ என்னவோ.

கரண் தாப்பர் : பொறாமை அல்லது ஒருவேளை புண்படுத்தப்பட்ட உணர்ச்சியின் சாயல் இல்லை?

லேடி பமீலா : இல்லை, ஏனென்றால் அவர் இருவரையும் நம்பினார் என்று நினைக்கிறேன். மேலும், என் அம்மா ஜவஹர்லாலுடன் மிகவும் மகிழ்ச்சியாக இருந்தார். அதிகாரத்தின் உச்சத்தில் மிகவும் தனிமையில் இருக்கும் நேரத்தில் அவர் அவருக்கு உதவுவதை அறிந் திருந்தார். அது உண்மையில் அவளால் உதவ முடிந்தால், அது அவளுக்கு உதவியது என்று என் தந்தை அறிந்திருந்தால், ஒரு பெண் நீண்ட திருமணத்திற்குப் பிறகு, இருபத்தைந்து ஆண்டுகளுக்கும் மேலாக ஒன்றாக இருந்ததால், ஒரு பெண் யாரேனும் மோசமாக வேலை செய்தால், ஒரு பெண் விரக்தியடைந்து, புறக்கணிக்கப் படலாம். அதனால் அவள் வாழ்க்கையில் ஒரு புதிய பாசம், ஒரு புதிய அபிமானம் வந்தால், அவள் மலரும், அவள் மகிழ்ச்சியாக இருக்கிறாள்.

கரண் தாப்பர் : எனவே அவர்கள் இருவரும், ஒரு வகையில், ஒரு தேவையை நிறைவேற்றினர் - ஜவஹர்லால் மற்றும் எட்வினா இருவரும் ஒருவருக்கொருவர் தேவைப்பட்டனர்.

லேடி பமீலா : அவர்கள் செய்தார்கள் என்று நான் நினைக்கிறேன், என் தந்தை அந்தத் தேவையைப் புரிந்து கொண்டார், நிச்சயமாக அது என் அம்மாவை சில சமயங்களில் மிகவும் கடினமாக இருக்கும், பல அசாதாரணமான பெண்களாக இருக்க முடியும். இருப்பினும் அவள் எல்லோருடனும் மிகவும் மகிழ்ச்சியாக இருந்தபோது, அது அழகாக இருந்தது. அவளுடன் முட்கள் எதுவும் இல்லை.

கரண் தாப்பர் : உங்கள் புத்தகத்தில் ஒரு அழகான சொற்றொடர் உள்ளது: ''எல்லா பக்கங்களிலும் சில உறுதியான புரிதலின் அடிப்படையில் மகிழ்ச்சியான மூவர் இருந்தனர்.'' மிக ஆழமாக ஆராயாமல், உறுதியான புரிதல் என்ன?

லேடி பமீலா : இல்லை, எந்த சந்தேகமும் இல்லை என்று நினைக் கிறேன். அது வெறும் நட்பு என்று என் தந்தை உறுதியாக நம்பினார்.

அவர்கள் ஒன்றாகப் பேசவும் ஒன்றாக இருக்கவும் விரும்புகிறார்கள், அவ்வளவுதான் என்று அவர் உறுதியாக நம்பினார். அவ்வளவுதான் என்று நான் நிச்சயமாக நம்பினேன்.

கரண் தாப்பர் : இந்த நட்பு மற்றும் பாசத்தின் பெரும்பகுதி, இந்த உறவின் பெரும்பகுதி, அவர்கள் ஒருவருக்கொருவர் எழுதிய கடிதங் களில் உண்மையில் வாழ்ந்தனர். பண்டிட் நேரு உங்கள் தாயாருக்கு தினமும் இரவு 2 மணிக்கு எழுதியதை உங்கள் புத்தகத்தில் வெளிப் படுத்துகிறீர்கள்.

லேடி பமீலா : அவர்கள் ஒருவரையொருவர் மிகவும் காணவில்லை என்று துரதிர்ஷ்டவசமாக எப்போதும் (அவர்கள் சொல்வார்கள்) தொடங்குவதற்கு ஒரு அன்பான உணர்வு இருக்கும். அவர்கள் ஆறு மாதங்களுக்கு ஒருவரை ஒருவர் பார்க்க மாட்டார்கள். பின்னர் அவர்கள் ஒரு வருடத்தில் இரண்டு முறை மட்டுமே ஒருவரை ஒருவர் பார்த்திருக்கலாம்.

கரண் தாப்பர் : பண்டிட்ஜி உங்கள் தாயாருக்கு எழுதிய ஒரு குறிப்பிட்ட கடிதம் உள்ளது. அங்கு அவர் முழுவதுமாக பந்து வீசி விட்டார் என்பது யாருக்கும் தெளிவாகத் தெரிகிறது. அவர் எழுதுகிறார்: "எங்களுக்கு இடையே ஒரு ஆழமான பற்றுதல் இருப் பதை நான் திடீரென்று உணர்கிறேன். ஏதோ ஒரு கட்டுப்படுத்த முடியாத சக்தி நம்மை ஒருவரையொருவர் ஈர்த்தது." உங்கள் தாயை விட, அவர் ஒரு தனிமையில் இருந்ததால், அவர் ஒரு வகையில் அதிக அன்பில் இருந்தாரா?

லேடி பமீலா : இல்லை, நான் அப்படி நினைக்கவில்லை. ஆனால் மீண்டும் நான் நினைக்கிறேன், அவர் உடல்நிலையை விட உணர்ச்சி களைப் பற்றி அதிகம் பேசுகிறார். அவர்கள் இரண்டு ஆத்மாக்கள் ஒன்றாக இருப்பதை அவர்கள் திடீரென்று உணர்ந்தார்கள் என்று நினைக்கிறேன். இரண்டு உடல்கள் ஒன்றாக இருக்க வேண்டிய அவசியமில்லை.

கரண் தாப்பர் : அப்படியென்றால் உடல் ரீதியான ஒரு பக்கம் இருந்தது என்ற ஊகங்கள் அனைத்தும் உண்மையில் நியாயமற்றதா?

லேடி பமீலா : ஆம். ஒருவரோடொருவர் ஆழ்ந்த உணர்ச்சியைக் கொண்டிருப்பவர்கள் உடனடியாக உடல் ரீதியான உறவை ஏற்படுத்திக் கொள்ள வேண்டும் என்ற இந்த ஆவேசம் எனக்குப் புரியவில்லை. இவர்கள் இருவரும் மிகவும் அசாதாரணமான மனிதர்கள்.

கரண் தாப்பர் : ஆனால் பண்டிட்ஜி ஒரு விதவை, அவருக்கு பெண் பாசம் தேவைப்பட்டது. உங்கள் அம்மா வசீகரமாகவும், அழகாகவும் இருந்தார். அவர்கள் ஒருவருக்கொருவர் மிகவும் நெருக்கமாக இருந்தனர். உணர்ச்சிகள் உடலுறவு கொள்வது இயற்கையானது.

லேடி பமீலா : இருக்கலாம், நான் மிகவும் அப்பாவியாக இருக்கிறேன் என்று எல்லோரும் நினைக்கலாம், ஆனால் அவளுக்கு கடந்த காலத்தில் காதலர்கள் இருந்தனர், எப்படியோ இது மிகவும் வித்தியாசமாக இருந்தது, அது உண்மையில் இருந்தது. கடிதங்கள், அதாவது, நீங்கள் ஆழமாக, உடல் ரீதியாக காதலித்திருந்தால், உங்கள் கடிதம் முழுவதும் மற்ற நபரைப் பற்றியும், அவர்களின் உடல் தேவையைப் பற்றியும் இருக்கும், அது அந்த வகையான காதல் கடிதமாக இருக்கும். இந்த கடிதங்கள் மென்மையின் தொடக்கப் பத்தியைக் கொண்டிருந்தன. மேலும் முடிவும் மென்மையாகவும், காதலாகவும், அழகாகவும் இருக்கும். ஆனால் கடிதத்தின் முக்கால்வாசி தனது கவலைகள் மற்றும் ஏமாற்றங்கள் அல்லது நம்பிக்கைகள் மற்றும் அவரது இலட்சியங்கள் அனைத்தையும் துண்டித்துக் கொண்டிருந்தது. வரலாற்றில் இந்தியா தனது மறு பிறப்பில் அசாதாரண நேரம் மற்றும் அது ஒரு சுதந்திர தேசமாக இந்தியாவின் வரலாறு.

கரண் தாப்பர் : பண்டிட்ஜி தன் நண்பனை காயப்படுத்த மாட்டாரா?

லேடி பமீலா : நான் நினைக்கிறேன். பண்டிட்ஜி மிகவும் மரியாதைக் குரிய மனிதர்.

கரண் தாப்பர் : உங்கள் புத்தகத்தில் நீங்கள் குறிப்பிடும் இந்த உறவின் மற்றொரு அம்சம் உள்ளது. எட்வினா - நேரு உறவு உங்கள் தந்தைக்கு வைஸ்ராயாகவும் பயன்பட்டது என்கிறீர்கள். உங்கள்

அம்மாவின் செல்வாக்கின் மூலம் அவர் பண்டிட்ஜியிடம் அடிக்கடி முறையிட்டார். காஷ்மீர் போன்ற தந்திரமான சூழ்நிலைகளைக் கையாள இது மிகவும் பயனுள்ளதாக இருந்தது.

லேடி பமீலா : அது உண்மைதான், அவன் அவளை அப்படித்தான் பயன்படுத்தினான். ஆனால் அவர் நிச்சயமாக அவளை தூக்கி எறியப் போவதில்லை. அவர் அவளிடம் போய் பிரதம மந்திரியின் காதலி யாகுங்கள், ஏனென்றால் நீங்கள் பரிந்துரை செய்ய வேண்டும் என்று சொல்லவில்லை. இது இந்த ஆழமான பாசத்தின் ஒரு விளைபொரு ளாகும்.

கரண் தாப்பர் : அனைவரின் முன்னேற்றத்திற்கும் அவர் பயன் படுத்தக்கூடிய ஒரு உணர்ச்சிபூர்வமான உறவு இருப்பதை அவர் உணர்ந்தாரா?

லேடி பமீலா : முற்றிலும்.

கரண் தாப்பர் : ஜவஹர்லால் நேரு காஷ்மீரை ஐக்கிய நாடுகள் சபைக்கு அனுப்ப எடுத்த முடிவு உங்கள் தந்தையின் ஆலோசனை யின்படி எடுக்கப்பட்டதாக இந்தியாவில் உள்ள பலர் நம்புகிறார்கள். உங்கள் தாயின் செல்வாக்கு குறிப்பாக பயனுள்ளதாக இருக்கும் ஒரு பகுதி அதுவாக இருந்திருக்குமா?

லேடி பமீலா : நன்றாக இருந்திருக்கலாம் என்று நினைக்கிறேன். பண்டிட்ஜி ஒரு காஷ்மீரி என்பதால், தவிர்க்க முடியாமல் உணர்வுப் பூர்வமான பக்கமானது ஒருவரின் சொந்த நாட்டிலிருந்து வருகிறது, இல்லையா? என் தந்தை, வறண்ட உரையாடலில், அவரது பார்வையைப் பெற முடியவில்லை. ஆனால் என் அம்மா அதை பண்டிட்ஜிக்காக மொழிபெயர்த்து, அவரது மனதை விட அவரது இதயத்தை கவர்ந்தார். அவர் உண்மையில் இப்படி நடந்து கொள்ள வேண்டும் என்று. அநேகமாக அது நடந்திருக்கலாம் என்று. அநேகமாக அது நடந்திருக்கலாம் என்று நினைக்கிறேன்.

கரண் தாப்பர் : எனவே மிகவும் சுவாரசியமான அர்த்தத்தில், பண்டிட்ஜிக்கு உங்கள் தாயின் மீது அன்பு இருந்தது, மேலும் உங்கள் தாய் மூலம் உங்கள் தந்தைக்கு பண்டிட்ஜி மீது சிறிது செல்வாக்கு இருந்தது.

லேடி பமீலா : ஆம், நான் அப்படித்தான் நினைக்கிறேன். ஆனால் இவை அனைத்தின் முக்கியமான விளைவு உண்மையில் இந்தியாவின் நலனுக்காகவே இருந்தது.

பண்டிட்ஜி ஒரு உண்மையான அரசியல்வாதி, அவருடைய நிலையிலிருந்து எதையும் செய்ய வேண்டும் என்று அவருக்கு ஒருபோதும் தோன்றவில்லை. அதில் அவர் ஒருபோதும் பணம் சம்பாதிக்கவில்லை. இந்தியாவின் நலனுக்காக, எப்போதும் உண்மையான இலட்சியவாதியாக இருந்தார்.

❑

14. இந்தியா துண்டு துண்டாகலாம்

மவுண்ட்பேட்டன் சிம்லாவில் தனது கூட்ட அறையில் தனிமையில் அந்தத் திட்டத்தை வடித்தெடுத்தார்.

அதிகரிக்கும் அவரது அச்சத்தில் மிக முக்கியமான கவலையும் படிந்திருந்தது. லண்டனுக்கு அனுப்பப்பட்டுள்ள திட்டத்தின் செயல்பாடுகளை முழுவதுமாக அறிந்து கொள்ளப்பட்டால் மிகப் பெரிய இந்தியத் துணைக் கண்டம் இரண்டு சுதந்திர நாடுகளாக அல்ல மூன்றாகப் பிரிக்கப்படக்கூடும்.

ஒரு மாகாணத்தில் இரண்டு சமூக மக்களில் பெரும்பாலோர் விரும்பினால் அதற்கு சுதந்திரம் அளிக்க வேண்டும் என்ற ஒரு பிரிவை மவுண்ட் பேட்டன் தனது திட்டத்தில் சேர்த்திருந்தார்.

அறுபத்தைந்து மில்லியன் இந்துக்களையும், முஸ்லீம்களையும் கொண்ட வங்காள மாகாணத்தை கல்கத்தாவை தலைநகராகக் கொண்ட தனி நாடாக இருக்கலாம் என்பதற்கான ஒரு பிரிவுதான் அது. இந்த யோசனையை ஜின்னா கூட எதிர்க்க மாட்டார் என்று மவுண்ட் பேட்டன் நினைத்தார். ஆனாலும், இந்த யோசனை பற்றி

நேருவிடமும், படேலிடமும் தெரிவிக்கத் தவறியது மவுண்ட் பேட்டனுக்கு மனஉறுத்தலாக இருந்தது.

காங்கிரஸ் கட்சிக்கு முதன்மையாக நிதி அளிக்கும் தொழிலதிபர்களுக்கு சொந்தமான ஜவுளி ஆலைகளால் சூழப்பட்ட மிகப்பெரிய கல்கத்தா துறைமுகத்தை இழக்க வேண்டியிருக்கும் திட்டத்தை அவர்கள் ஏற்பார்களா?

இந்தியத் தலைவர்களுடன் தனிப்பட்ட முறையில் விவாதித்து தனது திட்டத்தை உறுதி செய்து கொள்ளலாம் என்று எண்ணி ஒரு விடுமுறை நாளைத் தன்னுடன் சிம்லாவில் தங்கிக் கழிக்குமாறு அவர்களுக்கு அழைப்பு விடுத்தார்.

அன்பும், மதிப்பும் மிக்க நேரு அவருடனான நட்பு முன்னெப் போவதையும் விட இப்போது முக்கியமானது என்று மவுண்ட் பேட்டன் நினைத்தார்.

இந்தியப் பிரதமருடன் அவரது மனைவி எட்வினா மவுண்ட் பேட்டனின் நட்பும் மிகவும் நன்றாக வளர்ந்திருந்தது.

நேருவுக்கு சந்தேகம் வந்தால் மன உளைச்சலால் பாதிக்கப்பட்டால் கவர்ச்சிகரமான மேட்டுக்குடியைச் சேர்ந்த எட்வினாவைப்போல அன்பும், ஆதரவும் காட்டி அறிவுரை கூறித் தேறியவர்கள் வேறு யாராகவும் இருக்க முடியாது.

மொகல் தோட்டத்தில் அருகருகே நடந்தும் தேநீர் அருந்தியும், வைஸ்ராயின் நீச்சல் குளத்தில் நீந்தியும் நேருவைக் கவலைகளி லிருந்து விடுவித்துக் கவர்ந்திருக்கிறார். இதன் மூலம் தனது கணவர் மவுண்ட் பேட்டனின் முயற்சிகளுக்கும் பின்னணியில் இருந்து உதவியிருக்கிறார் எட்வினா மவுண்ட் பேட்டன்.

தன்னுடைய திட்டத்தை செயல்படுத்த மவுண்ட் பேட்டன் தனது ஊழியர்களைத் தனது அறைக்கு வரவழைத்து தனது யோசனையை அவர்களிடம் விவரித்தார்.

ஜின்னாவிடம் தெரிவிக்காமல் நேருவிடம் மவுண்ட் பேட்டன் தனது திட்டத்தைக் காட்டுவது முஸ்லீம் தலைவர்களுக்கு செய்யும்

நம்பிக்கைத் துரோகம் என்று ஊழியர்கள் அவரிடம் சுட்டிக் காட்டினர்.

உண்மையை ஜின்னா அறிந்தால் மவுண்ட் பேட்டனின் ஒட்டு மொத்த நிலைமையும் மோசமாகி விடும் என்று அவர் நினைத்தார்.

அன்றிரவு மவுண்ட் பேட்டன் தனது கூட்ட அறைக்கு நேருவை விருந்துக்கு அழைத்திருந்தார். லண்டனில் திருத்தப்பட்ட வடிவத்தில் அந்தத் திட்டத்தை காங்கிரசின் தலைவர் நேருவிடம் கொடுத்தார். படுக்கை அறைக்கு எடுத்துச் சென்று படிக்குமாறு கேட்டுக் கொண்டார் மவுண்ட் பேட்டன்.

மவுண்ட் பேட்டன் கூறியபடியே அவர் கொடுத்த திட்டத்தைப் படித்து ஆய்வு செய்தபோது அதிர்ந்து போனார் நேரு.

மவுண்ட் பேட்டனின் இந்தத் திட்டத்தின் பக்கங்களிலிருந்து உருவாகும் இந்தியாவை நினைத்துப் பார்க்கவே அச்சமாக இருந்தது.

இந்தியா பிரிக்கப்பட்டால் இரண்டாக அல்ல டஜன் கணக்கில் துண்டு துண்டாகி விடும். வங்காளத்தைப் பிரிப்பது என்ற மவுண்ட் பேட்டனின் யோசனை ஒரு படுகாயமாகும். இதன் வழியே இந்தியாவின் நல்ல ரத்தம் வழிந்தோடிவிடும் என்று நேரு உணர்ந்தார்.

நேரு வெளிறிய முகத்துடன் கோபத்துடன் சென்று அந்தத் திட்ட அறிக்கையை படுக்கையில் வீசியெறிந்தார்.

இது என்னை அச்சுறுத்துகிறது. இதனை நிச்சயமாக காங்கிரஸ் கட்சி விரும்பாது நிராகரித்து விடும் என்று குமுறினார் நேரு.

நேரு மீது அளவுக்கு மீறி நம்பிக்கை வைத்து விட்டோமோ என்று ஒரு கணம் நினைத்தார் மவுண்ட் பேட்டன்.

நேருவின் கருத்தறிந்து ஏமாற்றம் அடைவதற்குப் பதிலாக இந்தத் திட்டத்தை நேருவிடம் காண்பித்தது மிகச்சரியே என்பது அவர் கருத்தாக இருந்தது.

காங்கிரஸூம் ஏற்கத்தக்க வகையில் மாற்றியமைக்கப்படும் திட்ட நகலைத் தயாரிக்க அவகாசம் அளிக்கும் வகையில் மவுண்ட் பேட்டடன் கேட்டுக் கொண்டதற்கு இணங்க மேலும் ஒரு இரவு சிம்லாவில் தங்க நேரு ஒப்புக் கொண்டார்.

நேருவை கோபத்துக்கு ஆளாக்கிய குறைகளை புதுத்திட்டம் நீக்கி விடும். புதிய திட்டம் இந்தியாவின் மாகாணங்களுக்கும், மன்னர் களுக்கும் ஒரே ஒரு வாய்ப்பை மட்டும் தரும். அது இந்தியா அல்லது பாகிஸ்தான்.

சுதந்திர வங்காளம் என்ற கனவு கலைந்தது. ஜின்னாவின் இரண்டு தலை நாடு என்பது நினைக்க முடியாதது என்ற கருத்து இன்னமும் மவுண்ட் பேட்டனிடம் இருந்தது.

•

மவுண்ட் பேட்டனின் புதிய திட்டம் காந்திக்குக் கடுகளவும் சம்மத மில்லை. காந்தி கசப்புணர்வுடன் பெருமூச்செறிந்தபடி பதிலளித் தார்.

எனது புகைப்படங்களுக்கும், சிலைகளுக்கும் மாலை அணிவிக்க எல்லோரும் ஆர்வமாக இருக்கிறார்கள். ஆனால், எனது அறிவுரையைக் கேட்க யாருமே இல்லை.

நான் வருந்துகிறேன்... என்னால் பேச முடியாது என்று துண்டுச் சீட்டில் பென்சிலில் எழுதிக் காண்பித்துவிட்டு வைஸ்ராயின் அறையை விட்டு வெளியேறி விட்டார் காந்தி.

மவுண்ட் பேட்டனின் திட்டத்தை ஏற்பதற்கான தங்களின் விருப்பத்தை உரிய நேரத்தில் காங்கிரஸ் குறிப்பாக தெரிவித்து விட்டது.

எந்த மனிதரை திருப்தி செய்வதற்காகத் திட்டம் மாற்றி அமைக்கப் பட்டதோ எந்த மனிதரின் பிடிவாதம் காரணமாக இந்தியாவின் பிரிவினை கட்டாயமாக்கப்பட்டதோ அந்த மனிதராகிய முகமது அலி ஜின்னா தான் காலம் தாழ்த்தும் முயற்சியில் இப்போது ஈடுபட்டுக் கொண்டிருந்தார்.

பல ஆண்டுகளாக ஜின்னா எதற்கு பாடுபட்டாரோ அவை அனைத்தும் இப்போது தயார். அவரது ஒப்புதலுக்காக மட்டுமே அவை காத்திருக்கின்றன.

சில மர்மமான காரணங்களால் இந்தத் திட்டத்தை ஏற்று சரி என்று சொல்ல முடியாத நிலை ஜின்னாவுக்கு இருந்தது.

முஸ்லீம் லீக் கவுன்சில் முன் வைக்கும்வரை மவுண்ட்பேட்டனின் திட்டம் பற்றி லீக்கின் கருத்தைத் தெரிவிக்க இயலாது என்று ஜின்னா உறுதியாகக் கூறினார்.

கவுன்சில் உறுப்பினர்களை டில்லிக்கு வரவழைத்துப் பேச குறைந்தது ஒரு வார காலம் தேவை என்று தெரிவித்தார்.

ஜின்னா கேட்டுக் கொண்டபடி பாழாய்ப் போன பாகிஸ்தானும் அவருக்குகக் கிடைக்கப் போகிறது. சீக்கியர்கள் கூட அதனை ஜீரணித்துக் கொண்டார்கள்.

எதெல்லாம் வேண்டுமென்றாரோ அதெல்லாம் கிடைத்த போதும் கடைசி நேரத்தில் அனைத்தையும் அழிக்கத் தயாராகிறார் ஜின்னா.

ஜின்னாவின் ஒப்புதல் மட்டும்தான் மவுண்ட் பேட்டனுக்குத் தேவையாக இருந்தது. இன்னும் 24 மணி நேரத்துக்குள் பிரிட்டிஷ் நாடாளுமன்ற மக்களவை, வரலாற்று சிறப்புமிக்க அறிவிப்பை வெளியிட லண்டனில் பிரதமர் அட்லி காத்துக் கொண்டிருக்கிறார்.

தனது திட்டத்தை செயல்படுத்த முடியும் என்று உத்தரவாதம் கூறியிருந்தார் மவுண்ட் பேட்டன். இந்த முறை அவர்கள் ஏற்றுக் கொண்ட திட்டத்தை இந்தியத் தலைவர்கள் அனைவரும் ஏற்பது நிச்சயம் என்று மவுண்ட் தெரிவித்திருந்தார்.

ஏதாவது கூடுதல் சலுகை பெற ஜின்னா காலம் கடத்தும் தந்திரத்தைக் கையாள்கிறாரோ என்ற லேசான சந்தேகம் மவுண்ட் பேட்டனுக்கு எழுந்தது உண்மை.

மிஸ்டர் ஜின்னா உங்களின் ஆதரவாளர்கள் டில்லிக்கு அழைத்து வருவதற்கு ஆகும் ஒரு வார காலம்வரை இப்படியே என்னால் இருக்க முடியாது. உங்களுக்கு பாகிஸ்தான் கிடைத்திருக்கிறது.

ஒரு காலத்தில் உங்களுக்கு இது கிடைக்கும் என்று உலகத்தில் ஒருவரும் நினைக்கவிலலை. இப்போது இந்த பாகிஸ்தான் செல்லரித்தது என்று நீங்கள் சொல்வீர்கள். நான் அறிவேன். ஆனாலும், அது பாகிஸ்தான்.

நாளை எல்லோரும் சேர்ந்து ஒப்புக் கொள்வதில்தான் எல்லாமே அடங்கியிருக்கிறது. உங்களுடைய ஒப்புதலை ஒட்டியே காங்கிரசும் தனது ஒப்புதலைத் தெரிவித்து இருக்கிறது.

அவர்களை நிர்ப்பந்திக்க நீங்கள் நினைக்கிறீர்கள் என்று அவர்கள் சந்தேகப்பட்டால் தங்களின் ஒப்புதலை அவர்கள் நிச்சயம் திரும்பப் பெற்றுக் கொண்டு விடுவார்கள். பின்னர், நாம் அனைவரும் பயங்கரமான சூழ்நிலைக்குத் தள்ளப்படுவோம் என்று மவுண்ட் பேட்டன் தெரிவித்தார்.

"இல்லை இல்லை... எல்லாமும் சட்டப்படி அமைக்கப்பட்ட வழியில்தான் நடக்க வேண்டும். நான் மட்டும் முஸ்லீம் லீக் அல்ல..." என்றார் ஜின்னா.

மவுண்ட்பேட்டன் ஜின்னா பக்கம் திரும்பினார்.

"மிஸ்டர் ஜின்னா, நான் உங்களிடம் சில விசயங்களைச் சொல்லப் போகிறேன். ஒரு சில ஆட்சேபனைகளுடன் காங்கிரசிடமிருந்து பதிலைப் பெற்றிருப்பதாக நான் நாளைய கூட்டத்தில் சொல்வேன்.

இதில் அவர்கள் திருப்தி அடைவார்கள் என்று நம்புகிறேன். இதையடுத்து காங்கிரசார் திட்டத்தை ஏற்றிடுவர். சீக்கியர்களும் ஏற்றிடுவர்.

கடந்த இரவு ஜின்னாவுடன் வெகுநேரம் மிகுந்த நட்பு ரீதியில் உரையாடினேன். இந்தத் திட்டம் பற்றி விரிவாகப் பேசினோம். இது தனக்கு ஏற்புடையதுதான் என்று தனிப்பட்ட முறையில் ஜின்னா உறுதியளித்திருக்கிறார் என்று பிறகு நான் சொல்வேன்.

மிஸ்டர் ஜின்னா! இந்த சமயத்தில் நான் உங்கள் பக்கம் திரும்பு வேன். நான் சொல்வதை ஏற்றுக்கொள்கிறீர்கள் என்பதற்கு அடையாளமாக நீங்கள் தலையசைக்க வேண்டும் என்றே விரும்பு கிறேன்.

நீங்கள் தலையசைக்காவிட்டால் மிஸ்டர் ஜின்னா நீங்கள் தூக்கி யெறியப்படுவீர்கள். இதற்கு மேல் உங்களுக்காக நான் செய்வதற்கு ஒன்றுமில்லை. எல்லாம் பாழாகிப் போகும். இது பயமுறுத்தல் அல்ல. வருமுன் உரைப்பதுதான்.

அந்தச் சமயத்தில் நீங்கள் தலையசைக்கவில்லையென்றால் இங்கே எனது பயன்பாடு முடிந்துவிடும். உங்கள் பாகிஸ்தானை நீங்கள் இழந்து விடுவீர்கள்" என்று தனது முன்னேற்பாடான திட்டத்தை ஜின்னாவிடம் விரிவாக எடுத்துரைத்தார் மவுண்ட் பேட்டன்.

◻

15. சுதந்திரத்திற்கு நாள் குறித்த வைஸ்ராய்

மவுண்ட் பேட்டனைப் பொறுத்தமட்டில் அன்று இரண்டாவது முறையாக நடத்தப்போகும் செய்தியாளர் கூட்டம் என்பது மிகவும் புனிதமானதாகக் கருதினார்.

பிரிட்டனின் இந்தியப் போரரசு வரலாற்றில் மிகவும் முக்கியத்துவம் வாய்ந்த ஒரு சந்திப்பு இது. தனது குறிப்பிடத்தக்க ஆற்றலைக் காட்டுவதற்கான கடைசி வாய்ப்பு.

யுஎஸ்எஸ்ஆர், யுஎஸ், சீனா, ஐரோப்பா ஆகியவற்றைச் சேர்ந்த 300 பத்திரிகையாளர்கள் நிருபர்கள் இந்திய பத்திரிகைகளின் பிரதிநிதிகளுடன் கலந்திருந்தார்கள்.

பிராந்திய, சமயம் சார்ந்த மொழி சார்ந்த பத்திரிகைகளைச் சேர்ந்தவர்களும் வந்திருந்தார்கள். அங்கே குவிந்திருந்த அனைவரும் வைஸ்ராய் மவுண்ட் பேட்டனின் வார்த்தைகளை ஆவலுடன் ஆழ்ந்து கவனித்துக் கொண்டிருந்தார்கள்.

சரியாக இரண்டு மாதங்களுக்கு முன் ஒற்றை மனிதராக வந்து சாத்தியமில்லை என்று கூறியவற்றை சாதித்துள்ளார் மவுண்ட் பேட்டன்.

இந்தியத் தலைவர்களோடு பேசினார். ஒரு ஒப்பந்தத்திற்கு அடிப்படை அமைத்தார். இந்தியத் தலைவர்கள் ஒப்பந்தத்தை ஏற்கும்படியும் செய்தார்.

லண்டனில் உள்ள அரசிடமும், எதிர்க்கட்சியிடமும் தனது திட்டத்துக்கு முழு மனதுடனான ஆதரவைப் பெற்றார்.

அதற்கான பாதையில் ஏற்பட்டிருந்த பள்ளங்களைச் சுற்றி தனது சாமர்த்தியத்தை நிரப்பினார்.

கடைசி நடவடிக்கையாக சர்ச்சில் என்ற வயதான சிங்கத்தை அதன் குகையிலேயே சந்தித்து நகங்களை மடக்கிக் கொள்ளச் செய்தார். அவரது ஒப்புதலையும் பெற்றார்.

இப்போது விண்ணதிரும் கரவொலியுடன் மவுண்ட் பேட்டன் செய்தியாளர் கூட்டத்தில் தனது பேச்சை முடித்தார்.

விரல் நுனியில் இந்தியாவைப் பற்றியும், இந்தியாவில் உள்ள முரண்பட்ட தலைவர்கள் பற்றியும் அனைத்து விபரங்களையும் கொண்டிருந்த ஒரு மனிதரை முதன் முறையாக அந்த பத்திரிகையாளர்கள் அன்று சந்தித்தனர்.

கடலலை போல் அடுத்தடுத்து எழுப்பப்பட்ட அனைத்து கேள்விகளுக்கும் மவுண்ட் பேட்டனிடமிருந்து தெள்ளிய ஓடை போல் பதில்கள் புறப்பட்டு வந்தன.

கடைசியாக ஒரு இந்தியப் பத்திரிகை நிருபர் ஒரு முக்கியமான கேள்வியை மவுண்ட் பேட்டனை நோக்கி எழுப்பினார்.

"சார், அதிகார மாற்றத்திற்கு வேகம் மிகவும் தேவை என்பதை எல்லோரும் ஒப்புக் கொண்டார்கள் என்றால் நிச்சயமாக அதற்கான ஒரு தேதி உங்கள் மனதில் இருக்குமல்லவா?"

"ஆம் நிச்சயமாக" என்று மவுண்ட் பேட்டன் பதிலளித்தபோது நிருபர் கேள்வியைத் தொடர்ந்தார்.

"ஒரு தேதியை நீங்கள் தெரிவு செய்துவிட்டால் அது எந்த தேதி சார்?"

திடீரென்று ஏற்பட்ட உணர்ச்சிப் பெருக்கால் மவுண்ட் பேட்டனின் குரல் கம்மியது. பர்மா காடுகளில் வெற்றியாளராக இருந்து இந்தியாவின் விடுவிப்பாளராக வந்துள்ள அவர் அப்போது அறிவித்தார்.

இறுதியாக இந்தியர்களின் கைகளுக்கு அதிகார மாற்றம் 15 ஆகஸ்ட் 1947ல் நடக்கும்.

இந்திய சுதந்திரத்திற்கான தேதியை அறிவிக்க தன்னெழுச்சியாக லூயி மவுண்ட் பேட்டன் எடுத்த முடிவு ஒரு குண்டு வெடிப்புபோல் இருந்தது.

பிரிட்டனின் இந்தியா விசயத்தில் மவுண்ட் பேட்டன் திடீரென்று இவ்வளவு விரைவாக திரைச்சீலையை இழுத்துவிடத் தயாராவார் என்று இங்கிலாந்து மக்களவையிலோ, பக்கிங்காம் அரண்மனை யிலோ ஒருவரும் எதிர்பார்க்கவில்லை.

டில்லியில் வைஸராயின் நெருங்கிய ஊழியர்களுக்குக்கூட இந்தத் தகவல் தெரியவில்லை.

இந்தியாவின் சுதந்திரத்திற்கு ஆகஸ்டு 15 என்ற தேதியை அவர் தேர்ந்தெடுத்தது பற்றி மற்ற எல்லோரைக் காட்டிலும் இந்திய சோதிடர் குழுமத்தில்தான் கடுமையாக எதிரொலித்தது.

ஜோதிடர்கள்தான் இந்தியாவின் லட்சக்கணக்கான இந்துக்களின் வாழ்க்கையை ஆட்சி செய்கிறார்கள். இவர்களின் ஒடுக்கு முறையும் கொடுங்கோன்மையும் ஆங்கிலேயர்களும், காங்கிரசும், மகாராஜாக் களும் இணைந்து செய்ததைவிட அதிகமானது.

மவுண்ட்பேட்டனின் தேதி வானொலியில் அறிவிக்கப்பட்டவுட னேயே இந்தியா முழுவதும் உள்ள ஜோதிடர்கள் தங்களின் ஜோதிடக் கட்டங்களை ஆராயத் தொடங்கினர்.

புனித நகரான பனராசில் இருந்தவர்களும் தென்பகுதியைச் சேர்ந்தவர்களும் ஆகஸ்டு 15ஆம் தேதி மோசமான நாள் என்று உடனடியாக அறிவித்து விட்டனர்.

ஜோதிடர்களின் அதிகாரத்திற்கும், ஆணைக்கும் கட்டுப்பட்டு அடிமைகளாக வாழும் இந்தியர்கள் போல உலகில் வேறு எந்த மக்களும் இல்லை.

ஒவ்வொரு மகாராஜாவிடமும் ஒவ்வொரு கோயிலிலும், ஒவ்வொரு கிராமத்திலும் ஜோதிடர்கள் ராஜ்ஜியம் நடந்தது.

இவர்கள் குட்டி சர்வாதிகாரிகள்போல சமூகத்தின் மீதும், குடியிருப் போர் மீதும் ஆதிக்கம் செலுத்தி வந்தார்கள். ஒரு ஜோதிடருடன் முன்கூட்டியே கலந்தாலோசிக்காமல் பயணம் செய்வதையோ, விருந்து உபசரிப்பையோ, ஒப்பந்தம் செய்வதையோ, வேட்டைக்குச் செல்வதையோ, புதுத்துணி அணிவதையோ, புது நகை அணி வதையோ, முடி திருத்துவதையோ, திருமணம் செய்வதையோ, ஈமச்சடங்குகளுக்கு ஏற்பாடு செய்வதையோ லட்சக்கணக்கான இந்தியர்களில் எவரும் கற்பனை செய்தும் பார்க்க முடியாது.

கடவுள் மீது அன்பு வைத்து ஆகஸ்டு 15 அன்று இந்தியாவுக்கு சுதந்திரம் வழங்காதீர்கள். வெள்ளம், பஞ்சம், வறட்சி, படு கொலைகள் ஏற்பட்டால் கிரகங்களால் சபிக்கப்பட்ட ஒரு நாளில் இந்திய சுதந்திரம் பிறந்ததே காரணம் என்றாகிவிடும் என்று லூயி மவுண்ட் பேட்டனுக்கு ஜோதிடர்கள் கடிதம் எழுதினர்.

பிரிவினையைத் தொடர்ந்து அடுத்து சில வாரங்கள் துணைக் கண்டத்தில் அமைதி சீர்குலைவது உறுதி. இதிலிருந்து பாதுகாக்க இந்தியாவுக்கும், பாகிஸ்தானுக்கும் பொதுவாக இருக்கும் வகையில் ராணுவத்தை ஓராண்டு காலத்துக்கு பிரிட்டிஷ் சுப்ரீம் கமாண்டர் பொறுப்பில் வைத்திருக்குமாறு முகமது அலி ஜின்னாவிடம் மவுண்ட் பேட்டன் கேட்டுக் கொண்டார்.

ஆனால், ஜின்னா மறுத்துவிட்டார். ஒரு நாட்டின் சுயாதிபத்தி யத்துக்கு ராணுவம் இன்றியமையாத ஒரு உடைமை என்று அவர் கூறி விட்டார்.

ஆகஸ்டு 15ஆம்தேதிக்குள் பாகிஸ்தானுக்கான ராணுவம் அதன் எல்லைக்கு உள்ளே இருக்க வேண்டும் என்று அவர் விரும்பினார்.

மூன்றில் இரண்டு பங்கு இந்தியாவுக்கு, ஒரு பங்கு பாகிஸ்தானுக்கு என்று துணைக்கண்டத்தின் மற்றெல்லாப் பொருள் களும் பிரிக்கப்படுவதுபோல இந்திய ராணுவ வீரர்களும் பிரிக்கப் பட வேண்டும். பழைய பிரச்சனைக்கு விடை கொடுக்க வேண்டும் என்பது ஜின்னாவின் எண்ணமாக இருந்தது.

●

இந்தியாவில் உள்ள மன்னர்களின் பிரச்சனை பிரிட்டிஷ் இந்தியா வின் பிரச்சனையைவிட சிக்கலானது என்பது பற்றி யாரும் எனக்கு லேசான அறிகுறியைக்கூட முன்னே தெரிவிக்கவில்லையே என்று மவுண்ட் பேட்டன் லண்டனுக்கு அனுப்பிய அறிக்கையில் குறிப் பிட்டிருந்தார்.

ஒருவரோடு ஒருவர் சண்டையிட்டுக் கொள்ளும் இந்த அரசியல் வாதிகளிடம் ஓர் ஒப்பந்தத்தை உருவாக்கிய வெற்றியைச் சுவைப்பதற்கு முன் அதைவிட பெரிய பிரச்சனை ஒன்று லூயி மவுண்ட் பேட்டனை அழுத்தியது.

கணித்தறிய முடியாத சபல புத்தகளைக் கொண்ட, சில சமயங்களில் பொறுப்பற்ற தன்மையுடன் நடந்து கொள்ளும் மகாராஜாக் களையும், நவாபுகளையும் சந்தித்து எதிர்கொள்ள வேண்டிய பிரச்சனைகள் பற்றியே மவுண்ட் பேட்டன் இப்போது யோசித்துக் கொண்டிருந்தார்.

மன்னர் யாதவீந்திர சிங்கின் தலைமையில் 565 உறுப்பினர்களைக் கொண்ட இந்தியாவின் தங்க மயில் அமைப்பான மகாராஜாக் களும், நவாபுகளும் பாட்டியாலா மகாராஜாவின் ஆலோசனை மண்டபத்தில் கூடினார்கள்.

இந்தியாவைப் பல நூற்றாண்டுகளாக அச்சுறுத்தி வந்த பயங்கரத்தை இந்தக் கூட்டம் வைஸ்ராய் மவுண்ட் பேட்டனுக்கு உணர்த்தியது.

அரசியல்வாதிகள் இந்தியாவைப் பிரித்தார்கள் என்றால் இவர்கள் இந்தியாவை அழித்தே விடுவார்கள். துணைக் கண்டத்தை இரண் டாகப் பிரிப்பதோடு நில்லாமல் பல நாடுகளாய்த் துண்டாடி விடுவ தாக அச்சுறுத்தினார்கள்.

இந்திய ஒற்றுமை என்ற பலவீனமான தளத்தின்கீழ் மறைந் திருக்கிற பிரிவினையை உண்டாக்குகிற மதம், இனம், மொழி, பிராந்தயிவாதம் ஆகிய உணர்வுகளை கட்டவிழ்த்துவிடப் போவ தாகவும் அவர்கள் மிரட்டினர்.

இந்த மன்னர்கள் தனியாக ராணுவத்தையும், விமானப் படைகளை யும் வைத்திருந்தனர். இந்தியாவின் ரயில் பாதைகளையும், தபால் தொடர்புகள், தொலைபேசிகள், தந்திகள் ஆகியவற்றை சீர் குலைக்கும் சக்தி அவர்களிடமிருந்தது.

சுதந்திரத்திற்கான இவர்களின் நெருக்குதலை ஏற்றுக் கொண்டால் துணைக் கண்டத்தின் ஒற்றுமையின்மை தொடங்கிவிடும்.

இந்தியப் பேரரசின் எஞ்சிய பகுதிகள் சண்டையிடும் இடங்கள் ஆகிவிடும்.

அதிர்ஷ்டவசமாக இந்திய மன்னர்களை சமாளிக்க மவுண்ட் பேட்டனை விட பொருத்தமான மனிதர் வேறு யாரும் இல்லை. அவர்களில் ஒருவராகவே அவர் இருந்தார். அந்த மன்னர்களைப் பற்றி பல விபரங்களை அவர் அறிந்திருந்தார்.

ஐரோப்பாவின் மன்னர் பரம்பரையினர் பாதிப் பேர்களோடு மவுண்ட் பேட்டனுக்கு ரத்த உறவு இருந்தது.

சிம்மாசனங்களில் இருந்த மன்னர்கள் பலரின் மூலமாகத்தான் மவுண்ட்பேட்டன் முதன் முதலில் இந்தியப் பேரரசைக் கண்டார்.

மவுண்ட் பேட்டன் தனது மைத்துனரான வேல்ஸ் இளவரசருடன் மேற்கொண்ட நெடிய சுற்றுப்பயணத்தின்போது, அவர்களின் விருந்தினர்களாகவும் அவர் இருந்திருக்கிறார்.

அவர்களுடைய அரண்மனை யானைகளின் முதுகில் அமர்ந்து அவர்களின் வனப்பகுதிகளுக்குள் மவுண்ட் பேட்டன் புலிகளைத் தேடிச் சென்றிருக்கிறார். அவர்களின் வெள்ளிக் கோப்பைகளில் ஷேம்பன் மது அருந்தியுள்ளார். தங்கத் தட்டுகளில் கீழை நாடுகளின் சிறப்புமிக்க உணவை உண்டிருக்கிறார்.

இந்தப் பயணத்தின்போது அரசப் பரம்பரையில் பல நண்பர்கள் அவருக்குக் கிடைத்தனர்.

மவுண்ட் பேட்டனுக்கு அரச உறவுகள் இருந்தாலும், மன்னர்களுடன் நட்பு இருந்தாலும் திட சித்தமுள்ள யதார்த்தவாதியாகவும், கொள்கைகளில் உறுதி உள்ளவராகவும் அவர் இருந்தார்.

மவுண்ட் பேட்டன் தங்களைக் காப்பாற்றுவார் என்று மன்னர்களில் பலர் நினைத்துக் கொண்டிருந்தார்கள். அவர் செய்யப் போகும் அற்புதத்தால் தாங்களும் தங்களின் கௌரவமிக்க அரச வாழ்க்கையும் காப்பாற்றப்படும் என்றும் அவர்கள் நினைத்தனர்.

ஆனால், அவர் அதைச் செய்யப் போவதில்லை. அதற்கான அதிகாரமோ, விருப்பமோ அவருக்கு இல்லை.

சுதந்திரம் என்ற கோரிக்கையை கைவிட்டு இந்தியாவுடனா, பாகிஸ்தானுடனா எதில் சேர விருப்பம் என்பதை ஆகஸ்ட் 15க்கு முன் அவர்கள் அளித்துவிட வேண்டும் என்றே மவுண்ட் பேட்டன் விரும்பினார்.

இதற்குக் கைம்மாறாக அவர்களின் ஒத்துழைப்புக்கு விலையாய் தனிப்பட்ட முறையிலான எதிர்காலத்துக்குத் தேவையான சிறந்த ஏற்பாடுகளை உறுதி செய்வதற்கு வைஸ்ராய் பதவியைப் பயன் படுத்தி நேருவுடனும், ஜின்னாவுடனும் பேச மவுண்ட் பேட்டன் தயாராயிருந்தார்.

மன்னர்களின் மாநில விவகாரங்களுக்கு பொறுப்பு வகிக்கும் இந்திய அமைச்சரான வல்லபாய் படேலுடன் முதலில் பேச மவுண்ட் பேட்டன் உத்தேசித்திருந்தார்.

மன்னர்கள் தங்களின் பட்டங்களையும் அரண்மனைகளையும், மானியங்களையும், கைது செய்வதிலிருந்து பாதுகாப்பையும், பிரிட்டிஷாரின் பதக்கங்களைப் பயன்படுத்தும் உரிமையையும், பாதி அளவு அரச அந்தஸ்தையும் தக்க வைத்துக் கொள்ள காங்கிரஸ் ஒப்புக் கொண்டால், மன்னர்கள் உலகியல் சார்ந்த அதிகாரத்தை யும், சுதந்திரக் கோரிக்கையையும் கைவிட்டு இந்திய யூனியனில் சேர்வதற்கும், அதற்கான சட்டத்தில் கையெழுத்திடுவதற்கும் அவர்களைச் சம்மதிக்க வைப்பதற்கு தாம் முயற்சி செய்வதாக மவுண்ட் பேட்டன் உறுதி கூறினார்.

அந்தக் கோரிக்கை கவர்ச்சிகரமாக இருந்தது. மன்னர்களுடன் பேரம் பேசுவதற்கு மவுண்ட் பேட்டனுக்கு நிகராக காங்கிரஸ் கட்சியில் எவரும் இல்லை என்பது படேலுக்குத் தெரியும்.

16. எட்வினா – நேரு எப்படி நெருக்கமானார்கள்?

சுதந்திர இந்தியா எவ்வாறு உருவாகி வடிவமைக்கப்பட்டது என்பதில் அழியாத முத்திரை பதிக்கத்தக்கதாய் மவுண்ட் பேட்டன் தம்பதியரும், நேருவும் பகிர்ந்து கொண்ட அன்பும், மரியாதையும் கொண்ட உறவைக் கூறாமல் இருக்க முடியாது.

இந்தியாவின் பிரதமராக நேருவின் கொள்கைகள் மற்றும் முடிவுகள் தொடர்ந்து ஆய்வுக்கு உட்படுத்தப்பட்டாலும் அவரது தனிப்பட்ட வாழ்க்கை குறிப்பாக லேடி மவுண்ட் பேட்டனுடனான அவரது உறவுக்காலம் மாறாத பசுமையாய் நமது கருத்தையும், ஆர்வத்தை யும் தொடர்ந்து ஈர்த்து வருவதை எவரும் மறுக்க முடியாது.

நேரு மற்றும் மவுண்ட் பேட்டன் தம்பதியினருக்கும் இடையேயான உறவுகள், அவர்களின் மகள் பமீலா ஆகியோரை மகிழ்ச்சியுடன் மூன்று பேர் என்ற விவரிப்பு, அலெக்ஸ் வான்துன்செல்மானின் இந்தியன் சம்மர் உட்பட பல்வேறு புத்தகங்களில் அதிகம் கையாளப்பட்டுள்ளது.

நேருவுக்கும், எட்வினா மவுண்ட் பேட்டனுக்கும் எப்படி ஒரு அந்நியோன்யமான நெருக்கம் ஏற்பட்டது என்ற கேள்விக்கு விடை

சொல்வது போல இந்நூல் ஒரு தெளிவான வர்ணனை இருப்பது தெரிய வருகிறது.

மே 1947ல் ஜவஹர்லால் நேரு, வைஸ்ராய் லார்டு லூயிஸ் மவுண்ட பேட்டன் மற்றும் லேடி எட்வினா மவுண்ட் பேட்டன் ஆகியோரால் சிம்லாவில் உள்ள மஷோப்ராவுக்கு முறை சாரா வார இறுதி கொண்டாட்டத்துக்கு அழைக்கப்பட்டார்.

ஆரம்பத்தில் நேரு பதற்றமாக இருந்ததாகவும், ஆனால் விரைவில் அவர் இயல்பாக இருந்ததாகவும் துன்செல்மேன் எழுதியுள்ளார்.

ஜவஹர்லால் நேரு, மவுண்ட் பேட்டன் மற்றும் எட்வினாவுடன் பழத்தோட்டம், மொட்டை மாடி மற்றும் மலைப்பாதைகளைச் சுற்றி நடந்தார்.

அந்தப் பாதை மலையைச் சுற்றி வந்தது. அதில் இருந்து லார்டு கிச்சனரின் முன்னாள் மாளிகையான வைல்ட் ஃபிளவர் ஹால், அடுத்த சிகரத்தைப் பார்க்க முடியும்.

நேரு ஒரு காலத்தில் சுறுசுறுப்பான இளைஞராக இருந்தபோதிலும் எளிமையான ரசனையுள்ள மனிதராக மாறியிருந்தார்.

இருப்பினும் அவர் கட்டுப்படுத்த முடியாத இரண்டு இன்பங்கள் இருந்தன. மலைக்காட்சிகளின் உயிர்ப்பான அழகும், ஒரு சுவாரஸ்யமான பெண்ணின் துணையும், மஷோட்ராவில் நேருவுக்கு இரண்டும் இருந்தன.

விரைவில் அவர் மகிழ்ச்சியுடன் டிக்கி (மவுண்ட் பேட்டன்) மற்றும் எட்வினா அவர்களை ஓய்வெடுக்க சரிவுகளில் பின்னோக்கி நடக்க கற்றுக் கொடுத்தார் என்று துன்செல்மேன் எழுதியுள்ளார்.

மவுண்ட் பேட்டனின் இளைய மகள், லேடி பமீலா ஹிக்ஸ், இந்திய நினைவுகள் அதிகாரப் பரிமாற்றத்தின்போது மவுண்ட் பேட்டனின் தனிப்பட்ட குறிப்புகள் என்ற புத்தகத்தில் எழுதியிருப்பதாவது:

என் தந்தை ஆன்மாவைத் தேடத் தொடங்கினார். அவருடைய கருத்தைப் பெறுவதற்காக நேருவுக்கு, மவுண்ட் பேட்டன் தனது திட்டத்தைத் தெரியப்படுத்த முடிவு செய்தார்.

நேரு, கிருஷ்ணமேனன் வந்த இரவு விடியும்வரை விழித்திருந்தார். அவர் மே 11 (1947) தேதியிட்ட வெடிகுண்டு கடிதத்தை என் தந்தைக்குப் படித்துக் காட்டினார்.

அதை அவர் தனது நாட்டின் மேல்நிலையாக்கப் பார்வை என்று அவர் பார்த்த திட்டத்தின் பல விஷயத்தை நிராகரித்தார்.

என் தந்தை மறு பரிசீலனை செய்தார். ஆச்சரியமான அளவில் கிருஷ்ணமேனனுடன் முழுத்திட்டத்தையும் மறு வடிவமைத்தார்.

அதே சம்பவத்தைப் பற்றி, துன்செல்மேன் எழுதுகையில், ஜவஹருடன் விசயங்கள் எந்த அளவுக்கு நன்றாக நடந்து கொண்டிருந்தது என்றால், டிக்கி (மவுண்ட் பேட்டன்) விருப்பத்தின் பேரில் நெறி முறையை மீறினார்.

அன்று இரவு உணவிற்குப் பிறகு ஆய்வில் இருந்த ரகசியத் திட்டத்தின் நகலை அவருடைய புதிய நெருக்கமான நண்பருக்கு காட்டுங்கள் என்று கூறி அவருடைய ஊழியர்களின் ஆலோசனையைப் புறக்கணித்தார்.

ஆனால், ஜவஹர் அந்த ரகசிய ஆவணங்களைப் படித்தபோது அவரது மனோநிலை அன்பாக இருந்ததிலிருந்து அதிர்ச்சியாகவும், அதிர்ச்சியிலிருந்து கோபமாகவும் மாறியது.

மறுநாள் அதிகாலை இரண்டு மணிக்கு கிருஷ்ணமேனனின் படுக்கையறைக்குள் நுழைந்தார். அன்று இரவு டிக்கிக்கு எழுதிய வரைவு முன்மொழிவுகளில் அவர்கள் வழங்கிய பிளவு, மோதல், சீர்குலைவு மற்றும் மகிழ்ச்சியற்ற வகையில், இந்தியா மற்றும் பிரிட்டனுக்கு இடையிலான உறவுகள் மோசமடைந்து வருவதைப் பற்றிய சித்திரம் என்மீது பேரழிவு விளைவை ஏற்படுத்தியுள்ளது என்று அவர் கூறினார்.

நேருவின் ஆட்சேபணைகளை மவுண்ட்பேட்டன் கவனத்திற் கொண்டு, மேலும் அந்தத் திட்டம் ஒரு ஏற்றுக் கொள்ளக்கூடிய வடிவத்தில் மென்மையாக்கப்பட்டது.

முகமதுஅலி ஜின்னா மீதான சந்தேகப் பார்வை காரணமாக நேருவுக்கு இந்த வரைவுத் திட்டம் மவுண்ட்பேட்டனால் காட்டப்பட்டது. மவுண்ட்பேட்டன் நேருவின் விரல் அசைவில் கட்டுப்பட்டு இருந்தார் என சந்தேகிக்க ஜின்னாவுக்கு வலுவான காரணங்கள் இருந்ததாக துன்செல்மேன் கூறுகிறார்.

நேருவின் அரசியல் குருவும், வழிகாட்டியுமான மகாத்மா காந்தி படுகொலை செய்யப்பட்ட பிறகு, இறுதிச்சடங்கில் துயரத்திலிருந்த நேருவின் அருகில் அமர்ந்திருந்தவர் எட்வினா. அவர்களின் உறவு இந்த அளவில் மிகவும் நெருக்கமானது.

"அந்த பதற்றமான நாட்களிலும், பின்னர் நேரு இந்தியக் குடியரசின் பிரதமரான பிறகு எட்வினா என் சகோதரனுடன் தங்க வந்தபோது, அவருடைய சோகமான மனநிலையைத் தேற்றக்கூடிய ஒரு சிலரின் எட்வினா முக்கியமானவராக இருந்தார்" என்று நேருவின் சகோதரியின் பேட்டியை நினைவு கூர்ந்தார்.

"அவர் (எட்வினா) இருக்கும்போது நாங்கள் சிறு வயதில் இருந்ததைப்போலவே அண்ணனின் (நேரு) சிரிப்பு வீட்டில் ஒலிக்கும்" என்று நேருவின் சகோதரி கூறுகிறார்.

டிக்கி (லார்டு மவுண்ட்பேட்டன்) இந்த உறவால் விலக்கப்பட்டதாக எந்த அறிகுறியும் காட்டவில்லை. அவரும், எட்வினாவும் அலகாபாத்தில் நடந்த கும்பமேளாவிற்கு ஜவஹருடன் சென்ற பிப்ரவரி மாத தொடக்கத்தில் எடுக்கப்பட்ட படங்களைத் தனது புகைப்பட ஆல்பத்தில் ஒட்டினார்.

டிக்கி, எட்வினா, ஜவஹர் மற்றும் பமீலா புகைப்படத்தில் டிக்கியின் கையெபத்தில் அலகாபாத்துக்கு குடும்பத்துடன் சென்றபோது என்று துன்செல்மேனின் புத்தகம் கூறுகிறது.

எட்வினா ஒருமுறை ஆபத்தான முறையில் நோய் வாய்ப்பட்ட போது, நேரு தனக்கு எழுதிய கடிதங்களை தன் கணவரிடம் ஒப்படைத்தார். அவர் மவுண்ட்பேட்டன் பிரபுவிடம் கூறினார்.

அவை வழக்கமான ஜவஹர் எழுத்துக்களின் கலவை. அவை ஆர்வமும், உண்மைகளும், உண்மையான வரலாற்று ஆவணங்களும் நிறைந்தவை என்பதை நீங்கள் உணர்வீர்கள்.

அவைகள் சிலவற்றில் தனிப்பட்ட குறிப்புகள் இல்லை. மற்றவை ஒரு வகையில் காதல் கடிதங்கள், எங்களிடையே இருக்கும் விசித்திரமான உறவை - அதில் பெரும்பாலானவை ஆன்மிகத்தைப் பற்றியது - நீங்களே உணர்ந்து கொள்வீர்கள். இந்தக் கடைசி ஆண்டுகளில் ஜே என் வாழ்க்கையில் ஒரு பெரிய விசயத்தை அர்த்தப்படுத்தியிருக்கிறார். அவருடைய வாழ்க்கையிலும் தான் என்று நான் நினைக்கிறேன்.

எங்கள் சந்திப்புகள் அரிதானவை. எப்போதும் விரைவானவை. ஆனால், நான் அவரைப் புரிந்து கொண்டேன் என்று நினைக்கிறேன்.

அனேகமாக அவரும் நானும்போல, எந்த மனிதர்கள் ஒருவரை யொருவர் புரிந்து கொள்ள முடியும்? என்று குறிப்பிட்டுள்ளார்.

பமீலா தனது புத்தகத்தில் ஜூன் 1948ல் லார்டு மவுண்ட் பேட்டன் தனது மூத்த சகோதரிக்கு எழுதிய கடிதத்தை மேற்கோள் காட்டு கிறார்.

அவரும் (எட்வினா) மற்றும் ஜவஹர்லாலும் மிகவும் இனிமையான வர்கள். அவர்கள் ஒருவரையொருவர் மிகவும் நல்ல முறையில் நேசிக்கிறார்கள். மம்மியும் நானும் தந்திரமாகவும், உதவியாகவும் இருக்க எங்களால் முடிந்த அனைத்தையும் செய்கிறோம்.

மம்மி சமீபகாலமாக மிகவும் இனிமையாக இருக்கிறார். நாங்கள் மிகவும் மகிழ்ச்சியான குடும்பமாக இருந்தோம் என்று குறிப் பிட்டுள்ளார்.

மவுண்ட்பேட்டன் இறந்தபின், எட்வினா 1960ல் இந்தோனேசியா வில் இறந்தபோது அவரது படுக்கை மேஜையில் ஒரு குவியல் கடிதங்கள் காணப்பட்டன. அவையனைத்தும் ஜவஹர்லால் நேருவிடமிருந்து வந்தவையாக இருந்தன.

❑

17. முடிவில்லாத வாழ்த்தொலிகள்

லூட்டின்ஸ் மாளிகைக்குத் திரும்பிச் செல்லும்போது லூயி மவுண்ட்பேட்டனுக்கும், எட்வினா மவுண்ட் பேட்டனுக்கும் அவர்களது வாழ்க்கையில் மிக உன்னதமான அனுபவங்கள் ஏற்பட்டன.

உணர்ச்சிப் பெருகிய மகிழ்ச்சியும், மிகுந்த மக்கள் கூட்டத்தின் நடுவே அவர்களின் தங்க முலாம் பூசிய வாகனம் வாழ்க்கைப் படகுகளால் மிதந்தது.

அந்த இருவரில் ஒருவருக்கும் இதற்கு முன் இத்தகைய அனுபவம் ஏற்பட்டதில்லை. அவர்களுடன் பயணம் செய்வதற்கான நேருவே வாகனத்தை நோக்கிச் சென்றார்.

தன்னை நோக்கி கட்டுக்கடங்கா மகிழ்ச்சியுடன் அசைக்கும் கைகள் மற்றும் மனிதத் தலைகள் முடிவடையும் எல்லைப் பகுதியை காண முயற்சி செய்தார் மவுண்ட் பேட்டன். ஆனால், அவரால் முடியவில்லை. அவரது கண்ணுக்கெட்டிய தூரம் வரை மக்கள் கூட்டம். எங்கும் மக்கள் கூட்டம்.

இதற்கெல்லாம் மேலாக இந்தப் புகழ்மிக்க நாளில் லூயி மவுண்ட் பேட்டனுக்கும், எட்வினா மவுண்ட் பேட்டனுக்கும் எப்போதும் நினைவில் நிலைக்கப் போவது மெய்சிலிர்க்க வைக்கும் முடிவில்லாத வாழ்த்தொலிகள்தான்.

புதுடில்லியில் அன்று பிற்பகலில் உணர்ச்சி பெருக்கோடும், உள்ளுணர்வோடும் எழுப்பிய ஒலிகளைக் கேட்கும் பெருமையை வரலாற்றில் வேறெந்த ஆங்கிலேயரும் பெற்றிருக்க மாட்டார்கள்.

மவுண்ட் பேட்டனின் சாதனைக்கு மக்களின் ஒப்புதலாக இது அமைந்தது. மவுண்ட் பேட்டனுக்கு ஜே என்று அந்த மக்கள் கூட்டம் மீண்டும் மீண்டும் உரத்தக் குரலில கூறின.

லூயி மவுண்ட் பேட்டனும், எட்வினா மவுண்ட் பேட்டனும் தங்களின் அரண்மனையில் தன்னந்தனியே அவர்களுக்குரிய அறையில் ஒருவரை ஒருவர் கட்டித் தழுவிக் கொண்டனர். ஆனந்தக் கண்ணீர் அவர்களின் முகங்களில் வழிந்தது.

அவர்களின் வாழ்க்கைச் சக்கரம் ஒரு முழுச்சுற்றை முடித்திருந்தது.

கால் நூற்றாண்டு காலத்துக்கு முன்னால் அவர்கள் காதல் வலையில் வீழ்ந்த அந்த நகரத்தின் வீதிகளில் இப்போது வெற்றிக்களிப்பை பகிர்ந்து கொண்டார்கள்.

❐

18. சுதந்திர இந்தியாவில் நேரு – படேல் அதிகாரப் பிரிவினை

அநேகமாக எல்லா காங்கிரஸ் தலைவர்களும் நாட்டைப் பிரிவினை செய்கின்ற திட்டத்துக்கு ஒப்புக்கொண்டு விட்டார்கள்.

அரசியல் யதார்த்தம் மவுண்ட் பேட்டன் திட்டத்தை ஏற்றுக் கொள்ள வேண்டுமென்று வற்புறுத்துகிறதென்று காந்தி பேசியது, தயக்கத்தைக் காட்டிய ஒரு சிலர் மீது தீர்மான விளைவை ஏற்படுத்தியது.

பெரும்பான்மையினருடைய முடிவுக்கு கட்டுப்பட வேண்டிய நிலை நேருவுக்கு ஏற்பட்டது.

1947 ஆகஸ்ட் 4ஆம் தேதியன்று நேரு முதலில் இந்திய தேசிய அரசாங்கத்தின் உறுப்பினர்களின் பெயர்களடங்கிய கடிதத்தை மவுண்ட் பேட்டனுக்கு அனுப்பினர்.

காங்கிரஸ் கட்சியால் அங்கீகரிக்கப்பட்ட அமைச்சர் பட்டியலில் பதினான்கு பெயர்கள் இருந்தன. நேரு பிரதம மந்திரி, வெளி நாட்டிலாகாட்டும் மற்றும் காமன்வெல்த் உறவுகள் இலாகா, விஞ்ஞான ஆராய்ச்சி இலாகா ஆகிய பொறுப்புகளை ஏற்றுக் கொண்டார்.

படேல் துணை பிரதமர் உள்நாட்டு மற்றும் சுதேச சமஸ் தானங்கள் இலாகா ஆகிய பொறுப்புகளை வகித்தார். மேலும், தகவல் ஒலிபரப்புத் துறை அமைச்சராகவும் இருந்தார்.

அபுல்கலாம் ஆசாத், இராஜேந்தர பிரசாத், ஜகஜீவன்ராம், இந்திய சுதந்திரத்துக்காக போராடிய முன்னணி வீரர்களுக்கு முக்கியமான இலாகா ஒதுக்கப்பட்டன.

ஆகஸ்டு 14ம் தேதியன்று இரவல் அரசியல் நிர்ணய சபையின் முதல் கூட்டம் நடைபெறும் கட்டிடத்தைச் சுற்றிலும் டில்லியைச் சேர்ந்த பல்லாயிரக்கணக்கான மக்கள் சூடினார்கள். டில்லி நகரத் தெருக் களில் கோலாகலமான முறையில் வண்ண விளக்குகள் எரிந்து கொண்டிருந்தன.

நள்ளிரவுக்கு சற்று முன்னர் அரசியல் நிர்ண சபையின் தலைவராகிய இராஜேந்திர பிரசாத் இந்திய யூனியன் என்ற புதிய அரசின் பிறப்பை அறிவித்தார்.

தாய்நாட்டின் சுதந்திரப் போராட்டத்தில் உயர் நீத்த தேச பக்தர் களின் நினைவுக்கு அஞ்சலியாக உறுப்பினர்கள் இரண்டு நிமிடம் மௌன அஞ்சலி கடைப்பிடித்தனர்.

ஜவஹர்லால் நேரு மேடை மீதேறிப் பேசினார்.

நெடுங்காலத்துக்கு முன்பு நாம் விதியோடு ஒரு சந்திப்பை ஏற்படுத்திக் கொண்டோம். அன்று செய்த உறுதியை நிறைவேற்றும் காலம் இப்பொழுது வந்து விட்டது.

அதை மொத்தமாகவோ அல்லது முழு அளவிலோ இல்லா விட்டாலும் கணிசமான அளவில் நிறைவேற்ற வேண்டிய காலம் வந்து விட்டது.

நள்ளிரவு மணி ஒலிக்கும்பொழுது உலகம் உறக்கத்தில் ஆழ்ந் திருக்கும்போது இந்திய புதிய வாழ்க்கையிலும், சுதந்திரத்திலும் கண் விழிக்கும்.

இந்தப் பெருமிதமான நேரத்தில் இந்தியாவுக்கும், இந்திய மக்களுக்கும் இன்னும் விரிந்த அளவில் மனித குலத்துக்கும் சேவை

செய்வோம் என்று அர்ப்பணித்துக் கொள்கிற உறுதிமொழியை செய்வது பொருத்தமானதே.

1947 ஆகஸ்டு 15ஆம் தேதி பிற்பகல் நான்கு மணி செங்கோட்டைக்கு முன்புறத்தில் உள்ள மாபெரும் சதுக்கத்தில் மக்கள் திரண்டிருக்கிறார்கள்.

கோட்டை மதிற்சுவரின் மீது அமைக்கப்பட்டிருக்கும் மேடையில் தேசிய விடுதலை இயக்கத் தலைவர்கள் உட்கார்ந்திருக்கிறார்கள்.

அவர்களிடமிருந்து சிறிது தள்ளி இந்திய யூனியன் கவர்னர் ஜெனரல் மவுண்ட் பேட்டன் பிரபு தன் ஆலோசகர்கள் அதிகாரிகள் ஆகியோருடன் உட்கார்ந்திருக்கிறார்.

அரசாங்க மரியாதையாக பீரங்கியிலிருந்து முப்பத்தோரு குண்டுகள் வெடிக்கின்றன.

வெள்ளை ஷெர்வானியும் உடலோடு ஒட்டிய சுரிதாரும் அணிந்திருக்கும் நேரு கொடிக்கம்பத்தை நோக்கி நடக்கிறார்.

தலையை உயர்த்திப் பார்க்கிறார். கொடிக்கம்பத்தில் கொடி பறக்கவில்லை. தன்னுடைய திருப்தியைக் காட்டும் புன்சிரிப்பை அவரால் அடக்க முடியவில்லை.

நேற்றிரவு வரை செங்கோட்டையின் மேல் பிரிட்டிஷ் கொடி பறந்து கொண்டிருந்தது. ஆனால், விவேகமுள்ள பிரிட்டிஷ்காரர்கள் இரவில் கொடியை அகற்றி விட்டார்கள்.

யூனியன் ஜாக் கொடியை கீழே இறக்கும் சம்பிரதாய நிகழ்ச்சியை அவர் பார்க்க விரும்பவில்லை.

சுதந்திர இந்தியாவின் பிரகாசமான மூவர்ணக் கொடியை ஜவஹர்லால் நேரு ஏற்றினார்.

19. மீண்டும் இந்தியா உங்கள் கையில்

சுதந்திரத்திற்குப் பிறகு இந்தியர்களின் நடவடிக்கைகளில் தலையிடுவதற்கு விருப்பமில்லாத கவர்னர் ஜெனரல் மவுண்ட் பேட்டன் முன் யோசனையுடன் டில்லியிலிருந்து புறப்பட்டு இறந்து போன சாம்ராஜ்யத்தின் மேன்மை தாங்கிய சொர்க்கமாக விளங்கிய சிம்லாவுக்கு சென்று விட்டார். அப்போது அவரை தொலைபேசியில் அழைத்தார் வி.பி.மேனன்.

"யுவர் எக்சலென்சி நீங்கள் அவசியம் டில்லி உடனே திரும்ப வேண்டும்" என்றார் அவர்.

"வி.பி. இப்போதுதானே டில்லியிலிருந்து வந்திருக்கிறேன். எதிலாவது கையெழுத்திட வேண்டுமென்று எனது அமைச்சரவை நினைத்தால் அதனை இங்கே அனுப்பச் சொல்லுங்கள். நான் கையெழுத்திடுகிறேன்" என்றார் மவுண்ட் பேட்டன்.

"இல்லை நீங்கள் உடனே வர வேண்டும். இங்கே உங்கள் ஆலோசனையைவிட உங்களின் உதவி அவசியம் தேவைப்படுகிறது" என்று வி.பி. மேனன் கூறியதற்கும் மவுண்ட் பேட்டன் மறுப்பு தெரிவித்தார்.

“அது தேவைப்படாது என நினைக்கிறேன். இப்போது அவர்கள் சுதந்திரம் பெற்றிருக்கிறார்கள். நாட்டின் அரசியல் சட்டப்படியான தலைவர் திரும்பி வந்து தேவையின்றி பிரச்சனைகளில் தலையிட வேண்டும் என்ற அவர்களின் விருப்பம் சரியல்ல. நான் வரப்போவ தில்லை என்று அவர்களிடம் கூறிவிடுங்கள்’’ என்று மவுண்ட் பேட்டன் தெரிவித்தார்.

ரொம்ப நல்லது நான் சொல்லி விடுகிறேன். ஆனால், பின்னர் உங்கள் மனதில் மாற்றம் ஏற்பட்டால் அது பயனற்றுப் போகும். இருபத்து நான்கு மணி நேரத்தில் நீங்கள் வரவில்லையென்றால் பிறகு வருவது பற்றி கவலைப்பட வேண்டாம். அது மிகவும் காலம் கடந்ததாகி விடும். நாம் இந்தியாவை அப்போது இழந்திருப்போம் என்று வி.பி. மேனன் கூற இறுதியில் மவுண்ட் பேட்டன் புறப்பட்டு வருவதாக சம்மதித்தார்.

1947 செப்டம்பர் *6* சனிக்கிழமையன்று காலை ஹாயி மவுண்ட் பேட்டன் கூட்ட அறையில் நேருவும், வல்லபாய் படேலும் மிகுந்த சோகமாகவும், சோர்வுடனும் அமர்ந்திருந்தனர்.

பஞ்சாபில் நிலைமை கட்டுக்கடங்காமல் போய்க் கொண்டிருந்தது. மக்களின் குடிபெயர்வு அவர்களின் பேரச்சத்தையும் கடந்து போய்க் கொண்டிருந்தது. இப்போது டில்லியில் ஏற்பட்ட வன்முறை தலைநகரையும் வீழ்த்திவிடும் அச்சத்தை ஏற்படுத்தியது.

நேருவும் படேலும் மவுண்ட் பேட்டனை நோக்கி, இதனை எப்படி நிறுத்துவது என்று எங்களுக்குப் புரியவில்லை என்பதை ஒப்புக் கொண்டனர்.

எங்களுக்கு அனுபவம் போராட்டம்தானே தவிர, நிர்வாகம் இல்லை. எங்கள் வாழ்நாளின் முக்கியமான பகுதிகளை உங்களின் பிரிட்டிஷ் சிறைகளில் கழித்து விட்டோம். இயல்பான சூழ்நிலை யில் நன்கு கட்டமைக்கப்பட்ட அரசாங்கத்தை மட்டுமே எங்களால் நிர்வகிக்க முடியும். ஆனால், முழுமையால் சீர் குலைந்த சட்டம் ஒழுங்கு நிலைமையை சமாளிக்க எங்களால் முடியாது என்று நேரு பதிலளித்தார். மீண்டும் நேரு தொடர்ந்தார்.

போர்க்களத்தில் உயர்ந்த தளபதியாக நீங்கள் பணியாற்றிய போது, நாங்கள் பிரிட்டிஷாரின் சிறையில் இருந்தோம். தொழில் ரீதியாகவே நீங்கள் உயர்ந்த நிர்வாகியாகி லட்சக்கணக்கானவர்களுக்கு தலைமை தாங்கியிருக்கிறீர்கள்.

காலனியாதிக்கம் எங்களுக்கு அளிக்க மறுத்த அனுபவத்தையும் அறிவையும் நீங்கள் பெற்றிருக்கிறீர்கள். ஆங்கிலேயரான நீங்கள் எங்கள் வாழ்நாள் முழுவதும் இங்கேயே இருந்து விட்டு இப்போது நாட்டை எங்களிடம் விட்டு எளிதாக வெளியேறுவது முறையல்ல. நாங்கள் நெருக்கடியில் இருக்கிறோம். எங்களுக்கு உங்கள் உதவி தேவைப்படுகிறது. இந்த நாட்டை நீங்கள் ஆள முடியுமா?

நேருவின் வார்த்தைகளை வழிமொழிவதுபோல ஆமாம் என்றார் படேல்.

யதார்த்தவாதியான படேல் அவர் சொல்வது சரிதான் நீங்களே இந்தப் பொறுப்பை நிச்சயம் ஏற்க வேண்டும் என்று கூறினார்.

மவுண்ட் பேட்டன் திகைத்துப் போனார். கடவுளே! நான் இப்போது தான் இந்த நாட்டை உங்களிடம் ஒப்படைத்தேன். அதனை மீண்டும் எடுத்துக் கொள்ளுமாறு நீங்கள் இருவரும் என்னிடம் கேட்கிறீர்களே என்று அவர் கூறினார்.

நீங்கள் நிலைமையைப் புரிந்து கொள்ள வேண்டும் என்று கூறிய நேரு, நீங்கள் இதன் பொறுப்பை ஏற்க வேண்டும். நீங்கள் எது சொன்னாலும் கேட்க நாங்கள் உறுதி கூறுகிறோம்.

அதனைக் கேட்ட மவுண்ட் பேட்டன் ஆனால், இது மிகவும் பயங்கரம். இந்த நாட்டை நீங்கள் மீண்டும் என்னிடம் ஒப்படைக் கிறீர்கள் என்பது தெரிந்தால் அத்தோடு உங்கள் அரசியல் முடிந்து விடும். ஒரு பிரிட்டிஷ் வைஸ்ராயை இந்தியர்கள் ஆதரித்து அவரிடம் மீண்டும் பொறுப்புக்களை ஒப்படைப்பார்களா? நடக்காத காரியம்.

"நல்லது அதனை மறைத்து வைக்க நாங்கள் ஒரு வழி கண்டுபிடிக்கிறோம். ஆனால், நீங்கள் அதைச் செய்யாவிட்டால் எங்களால் சமாளிக்க முடியாது" என்று நேரு கூறியதைக் கேட்டு மவுண்ட் பேட்டன் சற்று நேரம் யோசித்தார்.

தனிப்பட்ட முறையில் நேரு மீது வைத்திருந்த மதிப்பு, இந்தியா மீதான அவரது நேசம் அவரின் பொறுப்புணர்வு ஆகியவற்றின் காரணமாக மவுண்ட் பேட்டனால் அந்த கோரிக்கையை தவிர்க்க முடியவில்லை.

"சரி நான் அதைச் செய்கிறேன். எப்படிச் செய்ய வேண்டும் என்பதையும் நான் அறிவேன். ஆனால், அது பற்றி யாருக்கும் தெரியக் கூடாது என்பதை நாம் ஒப்புக் கொள்ள வேண்டும். நீங்கள் இந்த வேண்டுகோளை விடுத்தது பற்றியும் யாருக்கும் தெரிய வேண்டாம். அமைச்சரவையின் அவசரகாலக் குழுவை அமைக்கும் படி நீங்கள் இருவரும் என்னைக் கேட்டுக் கொள்ள வேண்டும். நானும் அதை ஏற்பேன். இதை நீங்கள் செய்ய முடியுமா?" என்று மவுண்ட் பேட்டன் கேட்க, 'அப்படியே செய்கிறோம்' என்றனர் நேருவும் படேலும்.

போராட்டங்களும், உயிர்த்தியாகங்களும் செய்து பெற்ற சுதந்திரம் கிட்டிய மூன்றே வாரங்களுக்குப் பின் கடைசி நேர சமாளிப்புக்காக இந்தியா மீண்டும் ஒருமுறை ஆங்கிலேயன் ஒருவரால் ஆளப்பட விருக்கிறது.

◻

20. கடலில் துவங்கிய வாழ்வும் படகில் முடிந்த மரணமும்

மவுண்ட் பேட்டன் பிரபு 14.08.1947 வரை வைஸ்ராயாகவும் அதன் 1948 ஜூன் வரை இந்திய டொமினியன் கவர்னர் ஜெனரலாகவும் இருந்தார்.

மவுண்ட் பேட்டன் பிரபு 1900ஆம் ஆண்டில் பிரிட்டிஷ் அரச குடும்பத்தில் பிறந்தார். அழகுக்கும், செல்வச் செழிப்புக்கும் வாரிசாக விளங்கிய எட்வினாவை திருமணம் செய்து கொண்டார் லூயி மவுண்ட் பேட்டன். வேல்ஸ் இளவரசர் மாப்பிள்ளைத் தோழனாக இருந்தார்.

டெக் ஆபிசர் என்ற பணியிலிருந்து மாறி சமிக்ஞைகள் பற்றிய ஆய்வில் ஈடுபட்டார். கடற்படை சார்ந்த உயர் தொழில்நுட்ப கம்பியில்லா சமிக்ஞை படிப்பில் முதலிடம் பெற்றுத் தேறினார்.

ஹிட்லரின் வளர்ச்சியையும், ஜெர்மனியின் ஆயுதக் குவிப்பையும் அவர் கவலையுடன் கவனித்து வந்தார். மவுண்ட்பேட்டனும் அவரது மனைவியும் நடன அரங்கில் செலவிடும் நேரத்தை குறைத்துக் கொண்டனர்.

மவுண்ட்பேட்டன் பிரபு புதிதாக இயக்கப்பட்ட நாசக்காரி கப்பல் எச்எம்எஸ் கெல்லியின் தலைமைப் பொறுப்பை பெருமையுடன் ஏற்றுக் கொண்டார்.

இளமையும் துடிப்பும் மிக்க ஒருவரைத் தேடிக் கொண்டிருந்த வின்ஸ்டன் சர்ச்சில் 43 வயது நிரம்பிய லூயி மவுண்ட் பேட்டனை தென்கிழக்கு ஆசிய கூட்டுப் படையின் உயர் தளபதியாக நியமித்தார். இந்தப் படைப்பிரிவின் ஒட்டுமொத்த அதிகாரமும் பொறுப்பும் அந்த இளைஞரின் தோள்களில் சுமத்தப்பட்டன.

மவுண்ட் பேட்டன் பிரபு எப்போதும் ஆடம்பரமாக உடை உடுத்துவதில் கவனம் செலுத்துவார். பளிச்சென்று வெள்ளை கப்பற்படை சீருடையில் ஒரு திரைப்பட நடிகரைப்போல காட்சியளித்தபடி வைஸ்ராயாக பொறுப்பேற்க இவர் வந்திருந்தார்.

வைஸ்ராயின் பதவியிலிருந்து விலகப்போகும் வேவல் பிரபு பொறுப்புகளை கொடுப்பதற்கு காத்திருந்தார். வேவல் பிரபு மவுண்ட் பேட்டனை வைஸ்ராயின் அலுவலக அறைக்கு அழைத்துச் சென்றார்.

கிராண்ட் மாஸ்டர் ஆஃப் தி ஸ்டார் ஆஃப் இந்தியா என்று வைரத்தில் செதுக்கிய பட்டைக் கருப்பு நிற வெல்வெட் துணி மேல் வைக்கப்பட்டிருந்தது. அது ஒரு மரப்பெட்டிக்குள் இருந்தது. அதிகாரப் பூர்வமாக வைஸ்ராயாக அறிவிக்கும் விழாவில் அவரது கழுத்தைச் சுற்றி அது தொங்கும். அந்த மரப்பெட்டியையும் மற்று மொரு கோப்புமாக வேவல் மவுண்ட்பேட்டனிடம் கொடுப்பதற்கு காத்திருந்தார்.

கௌரவமிக்க அரச பரம்பரையின் இருபதாவது மற்றும் கடைசிப் பிரதிநிதியாக தங்க நிறமுடைய சிவப்பு சிம்மாசனத்தில் அமர்வதற்கு லூயி மவுண்ட் பேட்டன் தயாராக இருந்தார்.

தர்பார் மண்டபத்தில் அவரது அதிகாரப்பூர்வமான பதவியேற்பு நிகழ்ச்சி நடந்தது. இந்தியாவிலிருந்து விடுவிக்கப்பட்ட பிறகு மவுண்ட் பேட்டன் மத்திய தரைக்கடல் கடற்படையில் 1வது குரூசர் படைத்தளபதியாக பணியாற்றினார்.

மேலும், 22 ஜூன் 19497ல் துணை அட்மிரல் பதவிக்கு வழங்கப் பட்ட பின்னர் அவர் ஏப்ரல் 1950ல் மத்திய தரைக்கடல் கடல் படையின் இரண்டாவது கட்டளையினர்.

ஜூன் 1950ல் நான்காவது கடல் பிரபு ஆனார். பின்னர் அவர் மத்திய தரைக்கடலுக்கு திரும்பினார். ஜூன் 1952ல் மத்திய தரைக்கடல் கூட்டணிப் படைகளின் தளபதியாகவும், 1953 பிப்ரவரி 27ல் அட்மிரல் பதவியிலும் மவுண்ட் பேட்டன் பணியாற்றினர்.

மவுண்ட் பேட்டன் தனது இறுதி பதவி கடற்படைத் தளபதியாக 1955 ஏப்ரல் முதல் 1959 வரை பணியாற்றினார். இந்த பதவியை நாற்பது ஆண்டுகளுக்கு முன்னர் அவரது தந்தை வகித்திருந்தார்.

ராயல் கடற்படை வரலாற்றில் ஒரு தந்தை மற்றும் மகன் இருவரும் இவ்வளவு உயர் பதவியை அடைந்தது. இதுவே முதல் முறை. அவர் அக்டோபர் 22, 1956ல் கடற்படையின் அட்மிரலாக பதவி உயர்வு பெற்றார்.

1956ஆம் ஆண்டு சூயஸ் நெருக்கடியில் பிரான்ஸ் மற்றும் இஸ்ரேலுடன் இணைந்து சூயஸ் கால்வாயைக் கைப்பற்றும் கன்சர்வேடில் அரசாங்கத்தின் திட்டங்களுக்கு எதிராக மவுண்ட் பேட்டன் தனது பழைய நண்பர் பிரதமர் அந்தோணி ஈடனுக்கு கடுமையாக அறிவுறுத்தினார்.

இத்தகைய நடவடிக்கை மத்திய கிழக்கை சீர்குலைக்கும் ஐக்கிய நாடுகள் சபையின் அதிகாரத்தினை குறை மதிப்பிற்கு உட்படுத்தும், காமன் வெல்த் பிளவுப்படுத்தும் மற்றும் பிரிட்டனின் உலகளாவிய நிலையை குறைக்கும் என்று அவர் வாதிட்டார்.

அவரது ஆலோசனைகள் எடுக்கப்படவில்லை. மவுண்ட் பேட்டன் ராஜினாமா செய்யக்கூடாது என்று ஈடன் வலியுறுத்தினார். அதற்குப் பதிலாக அவர் ராயல் கடற்படையை போர்க்குணமிக்க நிபுணத்துவம் மற்றும் முழுமையுடன் தயாரிக்க கடுமையாக உழைத்தார்.

அட்மிரால்டியை விட்டு வெளியேறிய பிறகு மவுண்ட் பேட்டன் பாதுகாப்புப் பணியாளர்களின் தலைமைப் பதவியைப் பெறறார். அவர் இந்தப் பதவியில் ஆறு ஆண்டுகள் பணியாற்றினார்.

29 ஜனவரி 1965 அன்று மவுண்ட்பேட்டன் லைஃப் கார்ட்ஸ் மற்றும் கோல்ட் ஸ்டிக்கின் வெயிட்டிங் கர்னலாக நியமிக்கப்பட்டார்.

அதே ஆண்டு ராயல் மரைன்களின் லைஃப் கர்னல் கமாண்டன்ட் அவர் ஜூலை 20, 1965 முதல் ஐல் தீவின் ஆளுநராக இருந்தார்.

பின்னர், ஏப்ரல் 1, 1974 முதல் தீவின் லார்ட் லெப்டினன்ட் ஆக மவுண்ட் பேட்டன் தேர்ந்தெடுக்கப்பட்டார்.

1969ஆம் ஆண்டில் மவுண்ட்பேட்டன் தனது உறவினரான ஸ்பானிஷ் நடிகரான இன்பான்ட் ஜுவான் பார்சிலோனாவின் கவுண்ட் வற்புறுத்தும்போது தனது மகன் ஜுவான் கார்லோஸை ஸபெயினின் சிம்மாசனத்தில் அமர்த்த முயன்றார்.

அடுத்த ஆண்டு மவுண்ட் பேட்டன் ஒரு உத்தியோக பூர்வ வெள்ளை மாளிகை விருந்தில் கலந்து கொண்டார்.

அப்போது ரிச்சர்டு நிக்ஸன் மற்றும் வெளியுறவுத்துறை செயலர் வில்லியம் பி.ரோஜர்ஸ் ஆகியோருடன் 20 நிமிட உரையாடலுக்கான வாய்ப்பைப் பெற்றார்.

1971 ஜனவரியில் நிக்ஸன் வாஷிங்டனுக்கான விஜயத்தின்போது ஜுவான் கார்லோஸ் மற்றும் அவரது மனைவி சோபியா ஆகியோருக்கு விருந்தளித்தார்.

அந்த ஆண்டின் பிற்பகுதியில் தி வாஷிங்டன் போஸ்ட் ஒரு கட்டுரையை வெளியிட்டது. நிக்ஸனின் நிர்வாகம் பிராங்கோனா ஓய்வு பெற தூண்ட முயற்சிப்பதாக குற்றம் சாட்டியது.

1967 முதல் 1978வரை மவுண்ட் பேட்டன் யுனைடெட் வேர்ல்ட் கல்லூரிகளின் அமைப்பின் தலைவராக இருந்தார். பின்னர் ஒரு கல்லூரியால் பிரதிநிதித்துவம் செய்யப்பட்டார்.

சவுத் வேலஸில் உள்ள அட்லாண்டிக் கல்லூரி மவுண்ட் பேட்டன் யுனைடெட் வேர்ல்ட் கல்லூரிகளுக்கு ஆதரவளித்தார்.

மவுண்ட் பேட்டன் வழக்கமாக அயர்லாந்தின் மேற்கில் உள்ள கவுண்டி ஸ்லிகோவில் உள்ள ஒரு சிறிய கடலோர கிராமமான முல்லக்மோர் நகரில் உள்ள தனது கோடை கால இல்லமான கிளாசி பான் கோட்டையில் விடுமுறைக்கு வந்தார்.

கிராமத்திலிருந்து அது 19 கி.மீ. தூரத்தில் இருந்தது.

1978 ஆம் ஆண்டில் தனது படகிலிருந்தபோது ஐ.ஆர்.ஏ. உறுப்பினர்கள் மவுண்ட்பேட்டனை சுட முயன்றதாகக் கூறப்பட்டது. ஆனால் மோசமான வானிலை துப்பாக்கிச் சூடும் நபரைத் தடுத்தது.

ஆகஸ்டு 27, 1979ல் மவுண்ட் பேட்டன் தனது 30 அடி மரப்படகில் மீன் பிடிக்கச் சென்றார். இது முல்லாக் மோர் துறைமுகத்தில் மூழ்கியிருந்தது.

ஐ.ஆர்.ஏ. உறுப்பினர் தாமஸ் மக் மோகன் அன்றிரவு பாதுகாப்பற்ற படகில் நழுவி 50 பவுண்டுகள் எடையுள்ள வானொலி கட்டுப் பாட்டு குண்டை இணைத்தார்.

கரையில் இருந்து சில நூறு கெஜம் தொலைவில் மவுண்ட் பேட்டன் கப்பலில் இருந்தபோது வெடிகுண்டு வெடித்தது.

குண்டு வெடிப்பு சக்தியால் படகு அழிக்கப்பட்டது. மவுண்ட் பேட்டனின் கால்கள் கிட்டத்தட்ட வெடித்தன.

அப்போது 79 வயதான மவுண்ட் பேட்டன் அருகிலுள்ள மீனவர் களால் தண்ணீரிலிருந்து உயிருடன் இழுத்துச் செல்லப்பட்டார். ஆனால், கரைக்கு கொண்டு வரப்படுவதற்கு முன் அவர் இறந்து விட்டார்.

படகில் இருந்தவர்கள் அவரது மூத்த மகள் பாட்ரிசியா, லேடி பிராபோர்ன், அவரது கணவர் பிரபுன் அவர்களின் இரட்டை மகன்கள் நிக்கோலஸ் மற்றும் திமோதி நாட்ச் புல், லார்ட் பிராபோல்ன் தாய் டோரீன், டோவேஜர் லேடி பிராபோர்ன் மற்றும் கவுண்டி ஃபெர்மனாகில் உள்ள இளம் குழு உறுப்பினர் பால்மேக்ஸ்வெல் ஆகியோர்.

குண்டுவெடிப்பில் நிக்கோலஸ், 14 வயது மற்றும் பால் 15 வயது ஆகியோர் கொல்லப்பட்டனர். மற்றவர்கள் பலத்த காயமடைந்தனர்.

டோரன், டோவேஜர், லேடி பிராபோர்ன் மறுநாள் இறந்து போனார்கள். இந்தத் தாக்குதல் உலகம் முழுவதும் சீற்றத்தையும், கண்டனத்தையும் தூண்டியது.

ஜிம்மி கார்ட்டர் மற்றும் போப் இரண்டாம் ஜான்பால் தங்களது ஆழ்ந்த சோகத்தை வெளிப்படுத்தினர்.

மவுண்ட் பேட்டன் கொலைக்குப் பொறுப்பேற்றிருந்த ஐ.ஆர்.ஏ. பின்னர் ஒரு அறிக்கையை வெளியிட்டருது.

லார்ட் லூயிஸ் மவுண்ட் பேட்டனின் மரண தண்டனைக்கு ஐ.ஆர்.ஏ. பொறுப்பேற்கிறது. இந்த நடவடிக்கை நமது நாட்டின் தொடர்ச்சியான ஆக்கிரமிப்பை ஆங்கிலேய மக்களின் கவனத்திற்கு கொண்டு வரக்கூடிய பாரபட்சமான வழிகளில் ஒன்றாகும்.

மவுண்ட் பேட்டனின் மரணம் மற்றும் அவருக்கு வழங்கப்பட்ட அஞ்சல்கள் 300க்கும் மேற்பட்ட பிரிட்டிஷ் வீரர்களின் மரணங்கள் மற்றும் ஐரிஷ் ஆண்கள் பெண்களின் மரணங்களுக்கு பிரிட்டிஷ் அரசாங்கம் மற்றும் ஆங்கில மக்கள் காட்டிய அக்கறையின்மைக்கு பதிலாக நடந்துள்ளது.

செப்டம்பர் 5, 1979 அன்று வெஸ்ட் மின்டர் அபேயில் மவுண்ட் பேட்டன் இறுதிச் சடங்கு நடைபெற்றது. இதில் ராணி, அரச குடும்பம் மற்றும் ஐரோப்பிய அரச இல்லங்களின் உறுப்பினர்கள் கலந்து கொண்டனர்.

வெலிங்டன் பாராக்ஸில் தொடங்கிய இறுதி ஊர்வலத்தில் பல்லாயிரக்கணக்கான மக்கள் கலந்து கொண்டனர்.

இதில் மூன்று பிரிட்டிஷ் ஆயுத சேவைகளின் பிரதிநிதிகளும், பர்மா, இந்தியா, அமெரிக்கா, பிரான்ஸ் மற்றும் கனடாவிலிருந்து இராணுவக் குழுக்களும் அடங்குவர்.

அவரது சவப்பெட்டி 118 ராயல் கடற்படை மதிப்பீடுகளால் துப்பாக்கி வண்டியில் வைக்கப்பட்டது. தொலைக்காட்சியில் வேல்ஸ் இளவரசர் உரையாற்றினார்.

மவுண்ட் பேட்டனது இறுதிச் சடங்குகள் 14 ஆண்டுகளுக்கு முன்பு வின்ஸ்டர் சர்ச்சிலின் இறுதிச் சடங்கிற்குப் பின்னர் மிகவும் புனிதமானவை என்று நேஷனல் நோல்டன் நாஷ் பார்வையாளர்களிடம் கூறினார்.

பக்கிங்ஹாம் அரண்மனையில் மாமா டிக்கி என்று அழைக்கப்படும் லார்ட் மவுண்ட் பேட்டன் இரண்டாம் உலகப்போருக்குப் பிறகு ஒரு சிறந்த ராணுவத் தளபதியாகக் கொண்டாடப்பட்டார்.

அவரது பிற்காலத்தில் அவர் இந்தியாவின் கடைசி வைஸ்ராயாகவும் அரச குடும்பத்தின் மூத்த அரசியல்வாதியாகவும் பணியாற்றினார். அவரது கொலை மிகவும் துணிச்சலான தாக்குதலாகும்.

அயர்லாந்திற்கு விஜயம் செய்யவிருந்த போப் இரண்டாம் ஜான்பால் பாதுகாப்பைப் பற்றி அக்கறை இருந்தது என்று தி வாஷிஷ்டன் போஸ்ட் செய்தி வெளியிட்டுள்ளது.

மவுண்ட் பேட்டனும் ஒரு எளிதான இலக்காக இருந்தது.

அவர் தனது கோடைகால அரண்மனையில் பாதுகாப்பு இல்லாமல் விடுமுறைக்கு வந்தபோது தாக்குதலுக்கு முந்தைய நாள் இரவு படகில் ஒரு குண்டை வைக்க ஐ.ஆர்.ஏ.வால் முடிந்தது. அதை ரிமோட் கண்ட்ரோல் வழியே வீசவும் முடிந்தது.

படகு வெறுமனே காணாமல் போவதற்கு முன்பு ஒரு கணம் தண்ணீரிலிருந்து தூக்கி எறியப்பட்டது என்று கூறியது.

மற்ற ராயல்களைப் போலவே மவுண்ட் பேட்டனும் கடலை மிகவும் நேசித்தார். அவர் கடற்படையில பணியாற்றியவர். அவரது பேரன்களுடன் மீன் பிடிப்பதை பெருமையாக நினைத்தார்.

அந்த வகையில் மவுண்ட் பேட்டன் கடலில் இறந்திருப்பது பொருத்தமானது என்று கார்டியன் தனது இரங்கலில் கூறினார்.

அவரைக் கொன்ற ஆசாமிகளின் கைகளில் இறந்திருந்ததால் அது வரலாற்றுக்கு அவமானம் என்றும் தெரிவித்தார்.

1979ஆம் ஆண்டு கோடை காலத்தின் பிற்பகுதியில் இரண்டாம் உலகப் போரின் வீராங்கனை, இந்தியாவின் கடைசி வைஸ்ராய் லார்ட் லூயிஸ் மவுண்ட் பேட்டன் தனது கோட்டையில் காலை உணவுக்குப் பிறகு அயர்லாந்து கடற்கரையிலிருந்து தனது மீன்பிடி படகில் புறப்பட்டார்.

79 வயது தாத்தாவான அவர் தன்னுடைய 14 வயது இரட்டை பேரன்கள் மற்றும் அவர்களது பாட்டி டோவஜர் லேடி பிராபோர்ன் ஆகியோர் படகில் இருந்தனர்.

பேரன் திமோதி நாட்ச்புல் பின்னர் நினைவு கூர்ந்தார். நான் ஒரு கிளப்பால் தாக்கப்பட்டதைப் போலவும், கிழிந்த சத்தமாகவும் இருந்தது. காற்றில் என் பயணம் அல்லது தண்ணீரைத் தாக்கியது எனக்கு நினைவில் இல்லை.

ஒரு சக்தி வாய்ந்த வெடிப்பு படகில் துண்டு துண்டாக வீசியது. கிட்டத்தட்ட உடனடியாக லார்ட் மவுண்ட் பேட்டன், நாட்ச்புல்லின் இரட்டை நிக்கோலஸ் மற்றும் 14 வயது இரட்டையர்களின் நண்பர் ஆகியோரைக் கொன்றது.

மேலும், பல குடும்ப உறுப்பினர்களைக் காயப்படுத்தியது. லேடி பிராபோர்ன் காயமடைந்து மறுநாள் இறந்தார்.

அது விபத்து அல்ல... அது ஒரு படுகொலை. அவர்களின் இலக்கு லார்டு மவுண்ட் பேட்டன்.

21. நேருவுக்கும் எட்வினாவுக்குமான கடிதங்கள் ரகசியமே!

பிராட்லேண்ட் காப்பகத்தில் இருக்கும் லேடி மவுண்ட் பேட்டனின் தனிப்பட்ட நாட்குறிப்புகள் மற்றும் கடிதங்கள், அத்துடன் லார்டு மவுண்ட் பேட்டனின் நாட்குறிப்புகள், கடிதங்கள் ஆகியவை 2021 ஜூலை 22 அன்று டிஜிட்டல் முறையில் வெளி யிடப்பட்டன.

22 பிரிட்டிஷ் எம்.பி.கள் கையெழுத்திட்ட ஒரு ஆரம்ப நாள் பிரேணை ஹவுஸ் ஆஃப் காமன்ஸில் சமர்ப்பிக்கப்பட்ட நான்கு நாட்களுக்குப் பிறகு இந்தக் கடிதம் ஆன்லைனில் வெளியிடப்பட்டது.

இந்த ஆவணங்கள், எட்வினா மவுண்ட் பேட்டனுக்கும், முன்னாள் பிரதமர் ஜவஹர்லால் நேருவுக்கும், அரச குடும்பத்துக்கும் இடையிலான உறவு, இந்தியா - பாகிஸ்தான் பிரிவினை எவ்வளவு நியாயமானது, நேரு, மகாத்மா காந்தி மற்றும் முகமது அலி ஜின்னாவைப் பற்றி மவுண்ட் பேட்டன் என்ன நினைத்தார் என்பதை வெளிச்சம் போட்டுக் காட்டலாம்.

1960 வரையிலான ஆவணங்கள் வெளியிடப்பட்ட நிலையில் 1947 - 48 நாட்குறிப்புகள் மற்றும் கடிதங்கள் நிறுத்தப்பட்டன.

தி மவுண்ட் பேட்டன்ஸ் ஆசிரியர் ஆண்ட்ரு லோனி, 2 கோடி ரூபாய் செலவழித்து மேலும் 51 லட்சம் நிதி திரட்டி நீதிமன்ற வழக்குக்காக 1960 வரையிலான அனைத்து ஆவணங்களையும், தம்பதியினருக்கு எழுதிய கடிதங்களையும் பெறச் செய்தார்.

அமைச்சரவை அலுவலகம், சவுத்தாம்ப்டன் பல்கலைக் கழகத்தின் வழிகாட்டுதலின்படி மவுண்ட் பேட்டன்ஸின் நாட்குறிப்புகள் மற்றும் கடிதங்கள் அவர்கள் வாங்கிய ஒரு காப்பகத்தின் ஒரு பகுதியாக, மவுண்ட்பேட்டன் பிரபுவின் நாட்குறிப்புகளின் 47 தொகுதிகள் மற்றும் லேடி மவுண்ட் பேட்டனின் நாட்குறிப்பு களின் அனைத்து 36 தொகுதிகளும் மூடப்பட்டன.

1947 மற்றும் 1948ஆம் ஆண்டுகளுக்கான நாட்குறிப்புகள் ஜின்னா காந்தி, நேரு மற்றும் இந்தியாவிற்கும், பாகிஸ்தானுக்கும் இடையே எல்லையை வரைந்த சிரில் ராட்களிப் போன்ற பிரிட்டிஷ் அதிகாரி களைப் பற்றி மவுண்ட் பேட்டன் என்ன நினைத்தார் என்பதைப் பற்றி நிறைய வெளிப்படுத்தலாம் என்று நம்பப்படுகிறது.

இந்த ஆவணங்களில் அவர்கள் நேருவுடன் எவ்வளவு நெருக்கமாக இருந்தார்கள், பிரிவினையில் அவர்கள் எவ்வளவு பாரபட்சமற்றவர் களாக இருந்தார்கள் என்பது பற்றிய முக்கியமான தகவல்கள் இருக்கலாம்.

இந்திய சுதந்திரம் மற்றும் பிரிவினையைப் பார்க்கும்போது இவை முக்கியமான கேள்விகள் மற்றும் இந்திய வரலாற்றாசிரியர்களுக்கு ஒரு முக்கியமான ஆதாரமாகத் திகழலாம்.

மவுண்ட் பேட்டன் பிரபுவின் மனைவி எட்வினாவுக்கும், சுதந்திர இந்தியாவின் முதல் பிரதமர் ஜவஹர்லால் நேருவுக்கும் இடையே தொடர்பு இருந்ததில் எந்த ரகசியமும் இல்லை.

டெய்லி மெயிலில் ஒரு கட்டுரையில் லேடி மவுண்ட் பேட்டன் நேருவை எப்படிக் காதலித்தார் என்பது விவரிக்கப்பட்டிருந்தது.

மவுண்ட் பேட்டன் மகள் பமீலாவின் கூற்றுப்படி பண்டிட்ஜியிடம் (நேரு) அவர் விரும்பிய ஆவி மற்றும் புத்திசாலித்தனத்தின் தோழமை யையும், சமத்துவத்தையும் அவர் கண்டார்.

ஒவ்வொன்றும் மற்றவருக்குள்ள தனிமையைக் கடக்க உதவியது.

எட்வினா மவுண்ட் பேட்டன் இறந்தபோது அவரது விருப்பத்திற் கேற்ப மவுண்ட் பேட்டன் பிரபு கடலில் புதைத்தார் என்பது குறிப்பிடத்தக்கது.

அப்போது நேரு, இந்திய கடற்படை போர்க்கப்பலான ஐ.என்.எஸ். திரிசூலை அனுப்பி வைத்து, அவரது நினைவிடத்தில் மலர் வளையம் வைத்து அஞ்சலி செலுத்தினார்.

லேடி மவுண்ட் பேட்டனின் மகள் லேடி பமீலா ஹிக்ஸ் 1960ல் அவர் இறந்தவுடன், எட்வினா தனது விருப்பப்படி கடலில் புதைக்கப் பட்டார் என்று கூறுகிறார்.

அவளை இழந்து வாடும் குடும்பத்தினர் அந்த இடத்தில் மாலைகளை அணிவித்துவிட்டு அங்கிருந்து வெளியேறியபோது போர்க் கப்பலான ஐ.என்.எஸ்.இ திரிசூல் பண்டிட்ஜியின் அறிவுறுத்தலின் பேரில் சாமந்தி மலர்கள் அலைகளில் சிதறடிக்கப்பட்டன.

❏